**अभिप्राय**

*जगण्याचे शहाणपण शिकवत*
*अद्भुत विश्वात नेणाऱ्या गंमत गोष्टी*

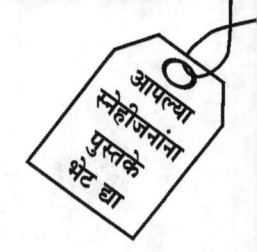

आपल्या
स्नेहीजनांना
पुस्तके
भेट द्या

# आजीच्या पोतडीतल्या गोष्टी

लेखिका
**सुधा मूर्ती**

अनुवाद
**लीना सोहोनी**

**मेहता पब्लिशिंग हाऊस**

◆ या पुस्तकातील लेखकाची मते, घटना, वर्णने ही त्या लेखकाची असून त्याच्याशी प्रकाशक सहमत असतीलच असे नाही.

**GRANDMA'S BAG OF STORIES** by SUDHA MURTY
Copyright © Sudha Murty 2012

Translated into Marathi Language by Leena Sohoni

आजीच्या पोतडीतल्या गोष्टी / अनुवादित कथासंग्रह

अनुवाद : लीना सोहोनी,
तेजोनिधी प्लॉट नं. ५, स्नेहनगर, बिबवेवाडी, पुणे – ४११०३७.
ℂ ०२०-२४२७४६७० Email : leena.n.sohoni@gmail.com

मराठी अनुवादाचे व प्रकाशनाचे हक्क मेहता पब्लिशिंग हाऊस, पुणे.

प्रकाशक : सुनील अनिल मेहता, मेहता पब्लिशिंग हाऊस,
१९४१ सदाशिव पेठ, माडीवाले कॉलनी, पुणे – ४११०३०.

मुखपृष्ठ, चित्र व
आतील मांडणी : चंद्रमोहन कुलकर्णी

प्रकाशनकाल : मे, २०१३ / सप्टेंबर, २०१३ / मे, २०१४ /
सप्टेंबर, २०१५ / जानेवारी, २०१७ /
पुनर्मुद्रण : मे, २०१८

P Book ISBN 9788184984880
E Book ISBN 9788184988413

E Books available on : play.google.com/store/books
www.amazon.in

"माझी प्रिय नात कृष्णा हिला —
माझ्या बाळपणात हीच तर मला परत घेऊन गेली."

—सुधा आजी

# लेखिकेचे मनोगत

माझी आजी म्हणजे कृष्णा. सगळे तिला 'कृष्तक्का' म्हणूनच ओळखायचे. ती अत्यंत बुद्धिमान आणि तितकीच प्रेमळही होती. गोष्टी सांगण्यात तर तिचा हातखंडाच होता. तिनं आम्हाला उपदेशाचे डोस कधीच पाजले नाहीत; पण फार मोठी जीवनविषयक मूल्यं आपल्या कथांमधून ती आमच्या मनात रुजवायची. तिनं सांगितलेल्या या गोष्टी माझ्या हृदयात कायमच्या वास्तव्य करून आहेत. उत्तर कर्नाटकातल्या एका लहानशा, शांत खेड्यात – शिग्गावमध्ये मी माझ्या आजी-आजोबांबरोबर आणि आते-मामे भावंडांबरोबर माझं बालपण घालवलं, अत्यंत ताणरहित, चिंताविरहित आणि स्वच्छंदी दिवस होते ते!

आपल्याजवळ जी काही गोष्ट असेल त्यात आपल्या भावंडांना सहभागी करून घ्यायचं ही सवय अगदी बालपणातच आमच्यात रुजलेली होती. त्यामुळे आम्हा भावंडांमध्ये एक वेगळाच अनुबंध निर्माण झालेला होता. त्यामागची प्रेरणा शक्ती म्हणजे माझी आजी होती.

या पुस्तकांतल्या कथांमध्ये असलेलं वातावरण आज जरी थोडेफार बदललेले असले तरीही प्रामुख्यानं त्यात माझ्या बालपणाचंच प्रतिबिंब आहे.

माझ्या स्वतःच्या नातीच्या, म्हणजे कृष्णाच्या जन्मानंतर मी स्वतःच आजी झाले. त्यानंतर तर या कथांचं महत्त्व अधिक प्रकर्षानं माझ्या लक्षात आलं. त्या कथा मुलांसाठी किती महत्त्वाच्या आहेत याची जाणीव झाल्यामुळेच खरं तर हा पुस्तकाचा प्रपंच!

या पुस्तकाच्या माध्यमातून तीन पिढ्यांमधील अनोख्या भावबंधाची ओळख मुलांना आणि त्यांच्या पालकांना होईल आणि त्यामुळे ते परस्परांमध्ये, तसंच घरातील वडीलधाऱ्या व्यक्तींशी अशाच प्रकारचा भावबंध प्रस्थापित करण्याचा मनापासून प्रयत्न करतील, एवढीच माझी आशा आहे.

**–सुधा मूर्ती**
**बंगळुरू**

# अनुक्रमणिका

# गोष्टींची सुरुवात

*उन्हाळ्याची सुट्टी. आजी स्वत:शीच हसली. तिच्या आणखी दोन नातवंडांच्या येण्याकडे ती डोळे लावून बसली होती. 'रघू आणि मिनू एवढ्यात येतीलच.' आजी स्वत:शीच म्हणाली. आनंद आणि कृष्णा तर आदल्याच दिवशी त्यांच्या आईबरोबर येऊन दाखल झाले होते. ते आल्यापासूनच आपल्या बाकीच्या चुलत, आत्ते भावंडांच्या येण्याची वाट बघत होते. ते तर अगदी घायकुतीला आले होते. ''रघू आणि मीनू उद्या सकाळीच येणार आहेत.'' असं त्यांना आजीनं किती वेळा समजावून सांगितलं होतं; पण दोघं मुळी काही ऐकायलाच तयार नव्हते. ते आपल्या आजोबांबरोबर रेल्वे स्टेशनवर गेले होते. रघू आणि मीनूला आणायला! आजोबांना सगळी नातवंड 'आज्जा' अशीच हाक मारत. एव्हाना रेल्वे शिग्गावच्या चिमुकल्या स्टेशनात शिरलीपण असेल. आज्जांनी टॅक्सी केली असेल. मुलांना आणि त्यांच्या आईला घरी घेऊन येण्यासाठी! शिवाय त्यांच्याबरोबर त्यांचं केवढं तरी सामान असणार! आजीच्या मनात विचारचक्र चालू होतं.*

*आजीनं घाईघाईनं अंघोळ उरकली. तिनं सकाळी लवकर उठून मुलांच्या आवडीचा स्वयंपाक केला होता. आणि आता ती मऊसर, धुवट सुती साडी नेसून व्हरांड्यामध्ये मुलांची वाट पाहत बसून होती.*

अरेच्या! आली वाटतं सगळी! मुलं केवढा आरडाओरडा, दंगा करत होती. टॅक्सीतून धक्काबुक्की करत सगळी बाहेर आली. मग उड्या मारत, खिदळत सगळी तिच्याकडे धावली. प्रत्येकालाच सगळ्यात आधी तिच्याजवळ जायचं होतं. तिला मिठी मारायची होती.

जरा वेळात मुलं शांत झाली. आजीआजोबांच्या घरी येऊन दाखल झालं की सगळ्यांना आधी बागेत जायची घाई असायची. आपण गेल्या खेपेला आलो होतो तेव्हापेक्षा काय काय बदल झाले आहेत, कोणती नवी झाडं लावलेली आहेत, ते निरखून बघायचं असे. सगळी मुलं नंतर गोठ्यात गाईपाशी गेली. तिथे वासरं होती. शिवाय जवळपास कुत्रा, कुत्रीची छोटी पिल्लं, मांजरं आणि मांजरीची पिल्लंपण खेळत होती. त्यानंतर सगळ्या मुलांनी घरात येऊन आजीच्या हातच्या जेवणावर चांगला ताव मारला. मग सरतेशेवटी मुलांच्या आया विश्रांती घ्यायला आणि आपापसात गप्पा मारायला गेल्यावर मुलं आजीभोवती गोळा झाली. हा दुपारचा वेळ म्हणजे संपूर्ण सुट्टीमधला सगळ्यात आनंदाचा वेळ असायचा. विशेषतः दुपारी उशिरापर्यंत आजीच्या सोबत बसून तिच्या तोंडून रोमहर्षक कथा ऐकताना फारच मजा यायची.

चला तर, भिरभिरणाऱ्या पंख्याखाली, चटईवर, आजीच्या सगळ्यात जवळची जागा पटकावून आपण सगळे बसू या आणि या गोष्टी ऐकू या.

~

# 'डॉक्टर, डॉक्टर'

**प**हिल्या दिवशी मुलांनी विचारलं, ''आजी, तुला इतक्या गोष्टी कशा गं माहीत?''

त्यावर आजी हसून म्हणाली, ''अरे, माझ्या आजीनं मला खूप गोष्टी सांगितल्या आहेत. काही मी पुस्तकात वाचल्या तर काही मी तुमच्यासारख्या लहान मुलांकडून ऐकल्या. उरलेल्या गोष्टी मला तुमच्या आजोबांनी सांगितल्या.'' मग आजी जरा थांबून पुढे म्हणाली, ''गेल्या खेपेला मी तुम्हाला पाहिलं होतं, तेव्हापेक्षा तुम्ही सगळेच आता मोठे झाला आहात. त्यामुळे मी तुम्हाला गोष्ट सांगण्याआधी तुमच्यातल्या प्रत्येकानं मला असं सांगायचंय, की मोठं होऊन तुम्ही कोण होणार? कुणा कुणाला काय काय व्हायचंय?''

रघू अकरा वर्षांचा होता. सगळ्या नातवंडांमध्ये तोच मोठा. तो लगेच म्हणाला, ''मला ना पर्यावरण शास्त्रज्ञ व्हायचंय.'' मीनू नऊ वर्षांची होती. ती म्हणाली, ''माझं काही अजून नीट ठरलं नाही; पण कदाचित मी माझ्या डॅडसारखी कॉम्प्युटरवाली होईन.'' आनंद दहा वर्षांचा होता. तो म्हणाला, ''मला ना अंतराळवीर व्हायचंय.'' तर त्याची जुळी बहीण कृष्णा शेवटी उभी राहून ठामपणे म्हणाली, ''मला फॅशन डिझायनर व्हायचंय.'' आजी हसून

म्हणाली, "अरे वा! म्हणजे तुम्ही सगळ्यांनी आधीच नीट ठरवून ठेवलं आहे तर. बरं झालं. आपल्यापैकी प्रत्येकाच्या डोळ्यासमोर काही ना काहीतरी ध्येय असलंच पाहिजे. ते साध्य करता करताच आपण इतरांच्यासुद्धा उपयोगी पडलं पाहिजे. मग आता अशाच एका माणसाची गोष्ट मी तुम्हाला सांगणार आहे. हा धडा तोपण त्याच्या आयुष्यात घडलेल्या एका प्रसंगामुळेच शिकला."

चला तर मग आपणसुद्धा आजीच्या भोवती घोळका करून बसलेल्या या छोट्या मित्रांमध्ये जाऊन बसू आणि तिची कथा ऐकू.

~

अशाच एका उन्हाळ्यातल्या रखरखीत दुपारी एक म्हातारा एका गावातल्या गल्लीतून चालला होता. तो खूप थकला-भागलेला आणि तहानलेलासुद्धा होता. रस्त्यातच कडेला त्याला एक छोटंसं किराणामालाचं दुकान दिसलं. त्यावर पत्र्याचं छप्पर होतं आणि त्याच्या भिंती मातीच्या होत्या. दुकानदार आतल्या बाजूला पंख्यानं वारा घेत बसला होता. भयंकर उकाडा होता. त्याच्याभोवती माश्या घोंघावत होत्या. हातातल्या पंख्यानं वारा घेत घेत एकीकडे तो त्यांना हाकलत होता. दुकानाच्या समोरच एक लाकडी बाक होता. संध्याकाळ झाली आणि तप्त जमीन जराशी थंड झाली की गावकरी तिकडे येऊन त्या बाकावर बसत. तो म्हातारा दुकानाजवळ आला आणि त्या बाकावर मटकन बसला. तो इतका दमला होता की, जरा वेळ त्याच्या तोंडून शब्दही फुटेना. अखेर त्यानं कसंबसं तोंड उघडलं आणि एकच शब्द उच्चारला, "पाणी!"

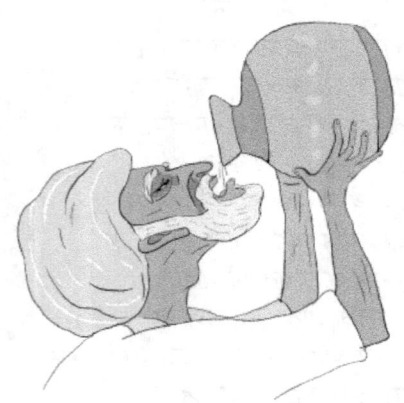

त्या गावात गेल्या काही वर्षांपासून कडक दुष्काळ पडलेला होता. गावाच्या जवळच एक भलंमोठं वाळवंट होतं. मुळातच त्या गावात वर्षातून एकदा थोडासा पाऊस पडायचा. गावच्या विहिरी आणि तळी त्या पाण्यानं कशीबशी भरत; पण गेल्या दोन वर्षांत तर या गावात अजिबात पाऊस झाला नव्हता. एका दूरवरच्या झऱ्यावरून गावकरी पाणी भरून आणत आणि त्यावरच काम भागवत. रोज सकाळी गावातली बाया माणसं डोक्यावर कळश्या आणि हातात बादल्या घेऊन त्या झऱ्यावर जात आणि जमेल तेवढं पाणी वाहून आणत. मग दिवसभर तेवढंच पाणी ते पुरवून पुरवून वापरत असत. त्यामुळे साहजिक या इतक्या मौल्यवान पाण्याचा एक थेंबसुद्धा वाया घालवण्याची कुणाचीही तयारी नसे.

ते जरी खरं असलं तरी इतक्या म्हाताऱ्या, थकलेल्या आणि तहानेनं व्याकूळ झालेल्या माणसानं जर प्यायला पाणी मागितलं, तर त्याला नाही तरी कसं म्हणायचं? त्या दुकानदाराचं नाव रवी. तो मनानं खूप कनवाळू होता. त्यानं आपल्या कळशीतून एक पेलाभर पाणी त्या म्हाताऱ्याला दिलं. म्हाताऱ्यानं ते घटाघटा पिऊन टाकलं. मग तो म्हणाला, ''आणखी द्या.'' आणि रवीनं पाणी देण्याची वाटसुद्धा न बघता त्यानं पुढे जाऊन ती कळशी ओढून घेतली, उचलून सरळ तोंडाला लावली आणि रवीचा दिवसभराचा पाण्याचा साठा एका दमात पिऊन संपवला.

बिचारा रवी! आता काय करणार तो? तो नुसता हताश होऊन बघत राहिला. मग तो स्वत:शी म्हणाला, ''असू दे. मी कुणाच्या तरी गरजेला उपयोगी पडलो ना?''

आता त्या अनोळखी म्हाताऱ्याला जरा बरं वाटलेलं दिसत होतं. ती कळशी रवीकडे परत देऊन तो समाधानानं हसला. त्याचं ते हास्य पाहून रवीचं हृदय भरून आलं. तो म्हातारा रवीला म्हणाला, ''मुला, नेहमी असाच कनवाळूपणे वाग. तुला सतत सगळ्यांचे आशीर्वाद लागतील.'' मग आपली काठी उचलून खुरडत खुरडत तो रस्त्यानं पुढे निघाला. तो अनोळखी म्हातारा बघताबघता दिसेनासा झाला. मग रवी आपल्या दुकानाकडे परत आला.

दुपारी उन्हाची तीव्रता अधिकच वाढली. रवीचं डोकं काही वेळापासून दुखू लागलं होतं. बघताबघता त्याची डोकेदुखी इतकी वाढली की आता आपलं डोकं फुटेल की काय, असं त्याला वाटू लागलं. त्याचे ओठ सुकून गेले होते. त्याचा घसा सुकून कोरडा पडला होता. ठणकत होता. त्याला घोटभर पाणी तरी हवंच होतं; पण त्या अनोळखी म्हाताऱ्यानं तर सगळंच पाणी पिऊन संपवलं होतं. तरीसुद्धा रवीनं ती कळशी उचलून तोंडाला लावून जवळजवळ

उपडी करायला घेतली. निदान एखाद-दुसरा थेंब तरी शिल्लक असेल या आशेनं त्यानं ती कलती केली, तर काय! पाण्याचा मोठा ओघ बाहेर आला. त्याच्या चेहऱ्यावर पाणी सांडलं. त्यानं अधाश्यासारखं ते पाणी पिऊन घेतलं. ते गोड होतं. त्यानं तो एकदम ताजातवाना होऊन गेला. त्याची तहान तर भागलीच; पण त्याची डोकेदुखीपण जादूची फुंकर घातल्यासारखी थांबली.

रवी त्या कळशीकडे बघतच राहिला. आत्ता नक्की काय घडलं असावं, ते त्याला समजेना. तो विचार करत होता इतक्यात लंगडा करीम त्याच्या दुकानात शिरला. करीम एक तरुण मुलगा होता. बऱ्याच वर्षांपूर्वी झालेल्या अपघातात त्याचा एक पाय जखमी झाला होता. तेव्हापासून तो एका पायानं अधू होता. जेव्हा त्याची प्रकृती ठीक नसायची, तो थकलेला असायचा तेव्हा तर सर्वांना त्याचं लंगडणं अधिकच जाणवायचं. करीमनंसुद्धा दुकानासमोरच्या बाकड्यावर बैठक मारली. अगदी त्या म्हाताऱ्याप्रमाणेच करीमसुद्धा धापा टाकत होता. मग त्यानं आपल्या खिशातून वाणीसामानाची यादी बाहेर काढून रवीला दिली. रवीनं यादीतली एक एक गोष्ट वजन करून पुड्या बांधायला सुरुवात केली. तोपर्यंत करीमनं बाकड्यावर बसून जेवणाचा डबा खायला सुरुवात केली. अखेर त्यानं रुमालाला तोंड पुसलं आणि रवीच्या पाण्याच्या कळशीकडे बोट दाखवत म्हणाला, ''मी जरा घोटभर पाणी पिऊ का? इतका उन्हाळा आहे ना.''

रवी डाळ मोजून देण्याच्या गडबडीत होता. तो वरसुद्धा न बघता म्हणाला, ''अहो, माझ्याकडे पाणी असतं तर मी तुम्हाला नक्की दिलं असतं; पण मघाशी कुणीतरी त्यातलं बरंचसं पाणी पिऊन संपवलं होतं. आणि जे

काही थोडंफार शिल्लक होतं, ते नंतर मी पिऊन टाकलं. मला बरं वाटत
नव्हतं ना.''

"मित्रा, तू हे काय भलतंच बोलतो आहेस? तुझी कळशी पाण्यानं भरून
ओसंडून चालली आहे. मला अगदी स्पष्ट दिसतंय.'' करीम म्हणाला. करीमनं
त्याच्या समोरच पेला भरून पाणी घेतलं आणि तोंडाला लावून घटाघटा
प्यायलं. मग वाणीसामानाचे पैसे भरून सामान उचलून तो निघून गेला.

पण हे काय? आता तो लंगडत नव्हता. व्यवस्थित चालू शकत होता.
रवी त्याच्याकडे टक लावून बघत राहिला. हे काय चाललंय, ते त्याला काही
केल्या उमगत नव्हतं. कदाचित आपल्याला भास झाला असेल असा विचार
करून तो आपल्या दुकानात परत गेला आणि आतल्या थंड वातावरणात त्यानं
छानपैकी ताणून दिली.

त्याला जरा वेळानं दचकून जाग आली. कुणीतरी त्याला जोराजोरात हाका
मारत होतं. त्यानं डोळे उघडून जोरात चोळले आणि पाहिलं तर समोर करीम
उभा होता. आत्ता त्याचं बोट धरून त्याची लहान बहीण फातिमासुद्धा उभी
होती. "भाऊ, ऊठ ना. आम्हाला तुमची मदत हवी आहे.''

"क... काय झालं? काही अडचण आहे का?''

"ही फातिमा तापानं फणफणली आहे.''

"मग डॉक्टरकडे घेऊन जा ना तिला. इथे वाण्याच्या दुकानात कशाला
आणलंय?''

करीम त्याच्याकडे आश्चर्यानं क्षणभर बघत राहिला. मग जरा वेळानं
म्हणाला, "म्हणजे? तू माझी इतकी मदत केलीस आणि तुला काहीच माहीत
नाही? हा माझा पाय. गेली किती वर्षं मी लंगडतोय; पण आज तो आपला
आपण बरा झाला आहे. आणि तोसुद्धा मी तुझ्या जादूच्या कळशीचं पाणी

प्यायल्यावर, लगेच!'' जरा आमच्या फातिमालापण त्या कळशीतलं पाणी प्यायला दे ना. मला खात्री आहे, तिचा ताप लगेच पळून जाईल.

रवी आश्चर्यानं थक्क झाला. जादूची कळशी? बरं करणारं पाणी? हा करीम नक्की काय म्हणत होता? पण तरीही काही न बोलता त्यानं कळशी फातिमासमोर धरली. तिनं त्यातलं थोडं पाणी प्यायलं आणि ती तिथेच त्या बाकावर टेकली. काही क्षणातच परत मान वर करून म्हणाली, ''हे खरं आहे. भाऊ, मी आता खरंच बरी आहे.''

लवकरच ही बातमी गावात वाऱ्यासारखी पसरली. रवी, गावातला एक शांत, कनवाळू किराणामालाचा व्यापारी आता एका जादूच्या कळशीचा मालक होता. त्यातलं पाणी प्यायल्यावर कुणाचाही, कोणताही रोग बरा होऊ शकत होता. रोज रात्री रवी ती पाण्याची कळशी दुकानातच ठेवायचा. दुसऱ्या दिवशी सकाळी ती पाण्यानं ओसंडून वाहत असायची. शीतल, मधुर पाण्यानं रोज सकाळपासून रुग्णांची आणि त्यांच्या नातेवाइकांची रवीच्या दुकानासमोर रीघ लागायची. प्रत्येकाला रवी त्या कळशीतलं पाणी प्यायला द्यायचा. त्यानंतर त्यांना बरं वाटल्याचं सांगून ते निघून जायचे. ती कळशी सदोदित भरलेलीच असायची. आपण ज्या म्हाताऱ्याला मदत केली त्यानं कृतज्ञतेपोटी आपल्याला ही देणगी दिली असावी, असं त्यानं मनोमन जाणलं. रोज सकाळी उठल्यावर तो मनातल्या मनात त्या म्हाताऱ्याचे आभार मानायचा.

लवकरच त्याच्या त्या छोट्याशा दुकानाचं एका रुग्णालयात रूपांतर झालं. रवी मात्र त्या पाण्याचा लोकांकडून काहीही मोबदला घेत नसे. तो त्यांना ते विनामूल्य पुरवत असे. लोक आपण होऊन पैसाअडका, भेटवस्तू असं ठेवून जात. काही लोक तर त्याला काहीच देत नसत; पण तरीही तो मात्र समाधानी होता.

एक दिवस एका धनाढ्य माणसाचा नोकर त्याच्या दुकानात आला आणि म्हणाला, ''माझे धनी आजारी आहेत. माझ्या सोबत चल आणि त्यांना तुझ्याकडचं पाणी प्यायला दे.''

त्यावर रवी म्हणाला, ''तुमच्या मागे लोकांची केवढी मोठी रांग लागली आहे ती पाहिलीत ना? त्यांना मदत करायची सोडून मी असा तुमच्याबरोबर तुमच्या धन्याकडे कसा काय येऊ? ही गरीब बिचारी माणसं इतका वेळ या टळटळीत उन्हात वाट बघत कशी काय थांबू शकतील? त्यापेक्षा तुमच्या धन्यालाच इथे यायला सांगा. आणि मी त्यांना माझ्या जवळचं पाणी प्यायला देईन.''

त्यावर नोकर म्हणाला, ''रवी, या गोरगरीब माणसांना मदत करून तुला

काय मिळणार? थोडेफार पैसे? थोडा तांदूळ आणि डाळ? त्यापेक्षा माझ्या धन्याच्या घरी चल. ते तुला वाट्टेल तेवढे पैसे देतील. भेटवस्तूंचा वर्षाव करतील तुझ्यावर. निदान या महिन्यात तरी तुझी आणि तुझ्या कुटुंबाची अन्नधान्याची चिंता मिटेल.''

रवीला मोह पडला. त्या नोकराचं म्हणणं खरंच होतं. केवळ, एका माणसाला बरं करून त्याचा आणि त्याच्या कुटुंबीयांचा महिन्याभराचा जेवणखाणाचा प्रश्न चुटकीसरशी सुटणार होता. मग रवीनं बाहेर जाऊन दुकानापाशी जमलेल्या सगळ्या लोकांना दुसऱ्या दिवशी यायला सांगितलं आणि स्वतः त्या नोकराबरोबर त्याच्या धन्याकडे गेला.

अशा रीतीनं हळूहळू रवी बदलत गेला. एके काळी याच रवीला आजारी, गोरगरीब लोकांचं दुःख आणि वेदना बघवत नसे; पण आता मात्र तो दररोज आपल्याकडे किमान एकतरी श्रीमंत रुग्ण यावा आणि त्यानं आपल्याला भरपूर बिदागी द्यावी, अशी वाट बघू लागला.

हळूहळू दिवस जात होतं. ऋतुचक्र अव्याहत चालू होतं. परत एकदा उन्हाळा आला. रवी आपल्या त्या जुन्यापुराण्या दुकानात हिशेब लिहीत बसला होता. इतक्यात एका म्हाताऱ्याचा आवाज त्याच्या कानावर पडला, ''मुला, पाणी!''

त्यानं दचकून वर पाहिलं. ''आपल्याला जादूच्या पाण्याची देणगी देणारा तो म्हातारा हाच तर नसेल ना?'' त्याच्या मनात आलं; पण त्या म्हाताऱ्याच्या अगदी मागे चिकटून खुद्द राजाचा दूत उभा होता. ''ए, लवकर चल माझ्याबरोबर!'' तो दूत रवीवर खेकसला. ''राणीसाहेबांना एक डास चावला आहे.''

''पाणी!'' तो म्हातारा पुन्हा दीनवाणेपणानं म्हणाला.

''राणीसाहेब आजारी आहेत.'' तो दूत जोरात ओरडला.

रवीनं एकदा त्या दूताकडे आणि मग त्या म्हाताऱ्याकडे पाहिलं. एका बाजूला तो कळकट केविलवाणा म्हातारा. कदाचित यानंच आपल्याला ती जादूच्या पाण्याची देणगी दिली असेल, किंवा नसेलसुद्धा. नक्की काहीच सांगता येत नाही. तर दुसऱ्या बाजूला खुद्द राजाचा दूत. मग रवीच्या डोळ्यासमोर सुवर्णमुद्रा नाचू लागल्या. राणीसाहेबांना बरं केल्यानंतर निश्चितच त्याला सुवर्णमुद्रांचा लाभ होणार होता. मग आता काय करायचं, ते तर ठरलंच.

त्यानं आपली कळशी उचलली आणि म्हाताऱ्याकडे वळून म्हणाला, ''काका, जरा वेळ इथेच थांबा. मी लगेच जाऊन येतो.''

राजाच्या दूतानं त्याला रथात बसवलं. घोडे जोरात दौडू लागले. राजवाड्यात पोहोचल्यावर त्याला तातडीनं राणीकडे नेण्यात आलं. तिच्या हातावर डास चावल्याच्या खुणा होत्या. ती त्या खुणांकडे दु:खानं बघत बसली होती. त्यानं एक पेला घेऊन त्यात कळशीतलं पाणी ओतण्यासाठी कळशी कलती केली; पण आतून काहीच बाहेर येईना. परत परत त्यानं कळशी कलती केली, तरीही एक थेंबभरही पाणी बाहेर पडेना. मग त्यानं कळशी चक्क उपडी केली, तरी काही नाही. त्यानं कळशीच्या आत डोकावून पाहिलं. तर ती ठणठणीत कोरडी होती!

''तू भामटा आहेस.'' राजा रागानं म्हणाला. ''आजवर माझ्या राज्यातल्या लोकांना तू या अशाच तऱ्हेनं फसवत आलास काय? चालता हो इथून आणि तुझ्या या जादूटोण्याविषयी परत मला काही एक ऐकायचं नाही. परत तू या गोष्टीचा उच्चार जरी केलास, तरी मी तुला माझ्या राज्यातून हद्दपार करीन. समजलं?'' असं म्हणून राजा आपल्या राणीची समजूत घालण्यासाठी वळला. ती डासांच्या चाव्यांमुळे आलेल्या फोडांवर आसवं गाळत बसली होती.

रवी सावकाश चालत आपल्या गावात परत आला. तो आपल्या दुकानाकडे गेला. तिथे कुणीच नव्हतं. आपल्याकडे काही वेळापूर्वी पाण्याची याचना करणाऱ्या त्या म्हाताऱ्याचा त्यानं खूप शोध घेतला; पण म्हातारा कुठेच नव्हता. तो मोठ्यांदा ओरडून म्हणाला, ''काका, मी चुकलो. मला माफ करा. तुम्ही परत या. मी तुम्हाला पाणी देतो.'' पण त्यावर काहीच उत्तर आलं नाही. मग रवीला कळून चुकलं, हाच म्हातारा एक वर्षापूर्वी त्याला भेटला होता.

गेल्या काही दिवसांत प्रेमानं आणि निरपेक्ष बुद्धीनं त्यानं इतक्या लोकांना रोगमुक्त केलं होतं. त्या सर्वांची त्याला आता आठवण येऊ लागली. त्या लोकांनीपण त्याच्यावर किती जिवापाड प्रेम केलं होतं. त्याला मनापासून आशीर्वाद दिले होते. त्या लोकांनी त्याच्यासाठी कितीतरी छोट्या छोट्या भेटवस्तू आणल्या होत्या, कधी आपल्या बागेतली भाजीची जुडी, तर कधी धान्य किंवा आणखी काही. त्याच्या त्या जादूच्या पाण्याचा मोबदला त्यांनी त्यांच्या परीनं चुकता करण्याचा मनापासून प्रयत्न केलाच होता. 'खरंच, आपण इतके स्वार्थी कसे काय झालो? ज्या लोकांना आपली सर्वांत जास्त गरज आहे, त्यांच्याकडे आपण असं दुर्लक्ष कसं काय करू शकलो?' त्याच्या मनात आलं. रवीला त्या म्हाताऱ्यानं जी आगळीवेगळी शक्ती दिली होती त्याचा जेव्हा तो दुरुपयोग करू लागल्याचं त्याच्या लक्षात आलं, तेव्हा त्यानं ती परत घेतली.

''पण काही हरकत नाही.'' रवी स्वत:शी हसून म्हणाला. त्यानं त्या

पाण्याच्या मोबदल्यात आजवर बरीच धनदौलत जमा केलेली होती. आता त्याच संपत्तीचा वापर करून आपण आपल्या गावात एक खराखुरा वैद्य आणायचा असं त्यानं ठरवलं. 'एकदा वैद्यकशास्त्राचं व्यवस्थित ज्ञान असलेला माणूस गावात आला, की तो त्याच्या औषधांनी गावातल्या रुग्णांना बरं करेल. मग कुणालाच अशा जादूटोण्याची आणि मंत्रतंत्राची गरज भासणार नाही.' असं त्याच्या मनात आलं.

त्या दिवसानंतर रोज सकाळी रवी आपली कळशी घेऊन झऱ्यावर जाई आणि तिथल्या स्वच्छ, ताज्या पाण्यानं ती भरून आणून दुकानात समोरच्या बाजूला ठेवी. तो रोज त्या म्हाताऱ्याची वाट पाही. 'कधीतरी तो म्हातारा आपल्या दुकानात परत येईलच; पण तोपर्यंत या गावातील रुग्णांच्या सेवेसाठी आपण एक खराखुरा वैद्य या गावात आणूच.' असा त्यानं मनोमन निश्चयच करून टाकला.

~

*आजीनं आपली गोष्ट संपवून भोवती बसलेल्या चार चिमुकल्या चेहऱ्यांकडे रोखून पाहिलं. रघू विचारात गढून गेला होता. आजी त्याच्याकडे बघून हसली. मग मुलांनी ओरडून दंगा करायला सुरुवात केली, "आजी... आणखी एक गोष्ट सांग ना!" त्यावर आजी म्हणाली, "अंहं... एका दिवशी खूप गोष्टी सांगणं बरोबर नाही. एक लाडू खाल्ला, तर तो गोड गोड लागतो. छान लागतो; पण सारखेच जर लाडू खात बसलात, तर त्यातली मजा निघून जाईल ना. जा बरं, अंगणात जा आणि खेळा. मी तुम्हाला उद्या आणखी एक गोष्ट सांगीन."*

*मग ती उठली आणि रात्रीच्या स्वयंपाकाचं बघण्यासाठी स्वयंपाकघरात निघून गेली.*

~

# कावेरी आणि चोर

*स*काळी उठून सगळी मुलं त्यांच्या आजोबांबरोबर भाताच्या शेतात गेली होती. सगळी मुलं शहरातून आलेली. त्यांना भातशेतीबद्दल काडीइतकीसुद्धा माहिती नव्हती. रस्त्यात एका झाडाच्या शेंड्यावर एका पक्ष्याचं घरटं लटकत असलेलं आनंदला दिसलं. ते पाहून त्याला खूप आश्चर्य वाटलं. तो आपल्या आजोबांना म्हणाला, "आपलं घरटं नक्की कोणत्या जागी बांधायचं, ते कसं बांधायचं, या गोष्टी हे पक्षी कसे ठरवत असतील?" आजोबा म्हणाले, "ते घरटं बनवण्यासाठी वापरण्यात आलेलं गवत भाताच्या शेतातलं आहे. शेतीचा उपयोग जसा माणसाला होतो, तसाच तो पक्ष्यांनासुद्धा होतो हे तुम्हाला माहीत आहे ना?" त्यावर कृष्णा म्हणाली, "आजोबा, मला वाटायचं, आपण जसे झाडावरून आंबे तोडतो ना, तसाच गहू आणि तांदूळसुद्धा तोडू शकतो. पण शेती करायची म्हणजे किती काम करावं लागतं, हे मला आता कळतंय."

त्या दिवशी दुपारची जेवणं झाल्यानंतर सगळी मुलं परत एकदा गोष्ट ऐकण्यासाठी आजीच्या भोवती गोळा झाली. आजीनं मुलांकडे एकवार निरखून पाहिलं. बिया स्वच्छ करणं, भाताच्या लोंबीपासून गवत वेगळं काढणं अशा

*सगळ्या गोष्टी आजोबांकडून समजावून घेण्यात मुलांना खूप आनंद झाला होता. शहरात तर सगळ्याच गोष्टी बाजारातून घरी येतात, पण इथे प्रत्यक्षात त्यांचं उत्पादन कसं होतं, ते त्या मुलांना पाहायला मिळालं होतं.*

*आजी म्हणाली, "मुलांनो, शेतीचं महत्त्व फार मोठं आहे. जर शेतकऱ्यांनी धान्य पिकवलं नाही, तर आपण सगळे काय खाणार?"*

*आनंद त्यावर विचारात पडला. तो म्हणाला, "पण आजी, शेतकरी जर इतकं महत्त्वाचं काम करतात, तर मग ते सगळे इतके गरीब कसे काय असतात?"*

*"तुझं म्हणणं खरं आहे, बाळा," आजी एक सुस्कारा टाकून म्हणाली. ती एका हातानं पंख्याचा वारा घेत होती. "अर्थात आपल्या देशात श्रीमंत शेतकरीसुद्धा आहेत. त्यांच्या मालकीची खूप मोठी जमीन असते. पण अजूनही आपल्याकडे बऱ्याच लोकांपाशी अगदी लहानसा जमिनीचा तुकडा असतो. त्यामुळे त्यांचं उत्पन्न अगदी तुटपुंजं असतं."*

*तिचं बोलणं ऐकून मुलांचे चेहरे पडले. ते पाहून तिनं हातातला पंखा खाली ठेवला आणि उठून बसत ती म्हणाली, "पण मी तुम्हाला एका गरीब शेतकरी स्त्रीची गोष्ट सांगते. ती काही कायमची गरीब राहिली नाही, बरं का. आणि तेही तिच्याकडे असलेल्या तीव्र बुद्धीमुळे."*

*"आजी सांग, सांग," मुलं ओरडू लागली. मग आजीनं गोष्ट सांगायला सुरुवात केली.*

~

कावेरीचा नवरा अत्यंत आळशी होता. त्याचा तिला फार राग यायचा. इथे ती शेतात मर मर राबायची, दिवसभर कष्ट उपसायची, जमीन नांगरायची, शेताला पाणी द्यायची, रुक्ष, कोरडी आणि टणक झालेली माती खणून भुसभुशीत करायची आणि तिकडे तिचा नवरा घरी नुसता घोरत पडलेला असायचा. एकदा तर एक अनोळखी माणूस त्यांच्या दारात आला आणि खायला अन्न आणि प्यायला पाणी मागू लागला. तर या पठ्ठ्यानं उठायचे कष्टही न घेता सरळ स्वयंपाकघराकडे बोट दाखवलं आणि स्वतः खुशाल झोपून गेला. नशिबानं तो अनोळखी माणूस प्रामाणिक होता. त्यामुळे त्यानं स्वयंपाकघरातून फक्त स्वतःला आणि स्वतःच्या घोड्याला पुरेल इतकंच अन्न, पाणी घेतलं, आणि तो निघून गेला. अर्थात कावेरीच्या त्या छोट्याशा घरात चोरून नेण्यासारखं काही नव्हतंच. ते एक गरीब शेतकरी जोडपं होतं. त्यांच्या मालकीचा जमिनीचा एक लहानसा तुकडा होता. त्यांच्या शेतात फारसं काही

उगवतही नसे. कावेरी कशीबशी शेतात नांगर फिरवायची, जवळपास छोटी मोठी कामं करायची आणि घर चालवायची.

त्यांची जमीन एका देवळाच्या शेजारी होती. कधीतरी क्वचित तिचा नवरासुद्धा तिच्याबरोबर यायचा. तिला मदत करत असल्याचा नुसता बहाणा करायचा; पण जरा तिची पाठ वळली की तो खुशाल देवळाच्या अंगणात आपली पथारी टाकून लोळत पडायचा आणि आल्यागेल्याशी गप्पागोष्टी करायचा.

एक दिवस ती अशीच शेतात जमीन खणत होती. तिला नवीन बियाणं पेरायचं होतं. तेवढ्यात मोठ्या मोठ्या मिश्या असलेला एक हडकुळा माणूस तिच्या जवळ येऊन उभा राहिला. तो चोर होता. काही कामाचा नव्हता. पण अर्थातच कावेरीला याची काहीच कल्पना नव्हती. ती त्याच्याकडे पाहून हसली आणि परत आपल्या कामाला लागली. देवळात देवासमोरच्या तबकात लोक पैसे टाकून जायचे. ते चोरायचा त्या चोरट्याचा बेत होता. शिवाय जमलंच तर देवाच्या मूर्तीच्या अंगावरचे दागिनेही त्याला लांबवायचे होते; पण त्या देवळात प्रवेश करायचा तर कावेरीच्या शेतातूनच पलीकडे जावं लागणार होतं. पण अशी जरा करारी, कठोर मुद्रेची स्त्री शेतात काम करत असताना तिच्यासमोर पलीकडच्या देवळात जाऊन चोरी करणं मुळीच शक्य नव्हतं.

कावेरीकडे निरखून बघितल्यावर तिच्या गरीब परिस्थितीची त्याला लगेच कल्पना आली. तो कुजबुजत्या स्वरात तिला म्हणाला, ''ताई, या ओसाड जमिनीसाठी तुम्ही इतके कष्ट का घेताय? मी तुम्हाला एक हजार रुपये देईन. ही जमीन तुम्ही मला विका.''

कावेरीनं भुवई उंचावली. आपली जमीन इतके जास्त पैसे देऊन हा का बरं विकत घ्यायला निघालाय? तिच्या मनात आलं, 'नक्कीच कुठेतरी पाणी मुरतंय.'

ही काही आपल्याला जमीन विकायला तयार होणार नाही, हे त्या चोरट्याच्या लक्षात आलं. मग तो जरा मोठा आवाज काढून म्हणाला, "एक हजार पन्नास? दोन हजार? अजूनही नाही? पाच हजार? नाही?"

कावेरी मात्र मान हलवून त्याला नकार देतच राहिली. आपल्या जमिनीबद्दल ही एवढी थोरली रक्कम देऊ करणारा हा विचित्र दिसणारा माणूस तिला मुळीच आवडला नव्हता. नक्कीच त्याच्या मनात काहीतरी काळंबेरं होतं. अखेर त्याला गप्प करण्यासाठी तिनं त्याला एक थाप मारली. ती म्हणाली, "मी ही जमीन कधीच विकणार नाही. हे पाहा, ही जमीन माझ्या वाडवडिलांची आहे. आता आम्ही जरी गरीब बसलो तरी कोणे एके काळी आमचं घराणं खूप श्रीमंत होतं. आमची बरीच संपत्ती गेली. पण तरीसुद्धा त्यातलं बरंचसं धन आमच्या एका पूर्वजानं या जमिनीत दडवून ठेवलेलं आहे. चोरदरोडेखोरांपासून ते सुरक्षित राहावं, यासाठी त्यानं तसं केलं. अगदी थोड्याच दिवसांपूर्वी ते धन नक्की कुठे दडवण्यात आलं आहे, या संबंधीची एक खूण माझ्या नवऱ्याला समजली आहे. मी या इतक्या कठीण जमिनीत कुदळ मारून का खणते आहे, असं तुम्हाला वाटलं? बियाणं पेरण्यासाठी नाही. सगळ्यांना उगाचच तसं वाटतं. खरंतर मी स्वत:च त्या गुप्तधनाचा शोध घेत आहे."

ते ऐकून तो चोर थक्क झाला. त्याला वाटलं, 'खरंच, ही स्त्री किती भाबडी आहे. ही इतकी महत्त्वाची गोष्ट हिनं खुशाल आपल्यासारख्या अनोळखी व्यक्तीला सांगून टाकली; पण आता आपण या परिस्थितीचा फायदा का घेऊ नये? इथे आपण देवळातून चार पैसे चोरण्याची स्वप्नं बघत होतो. आणि या बाईनं चक्क आपल्याला गुप्त धनाविषयीच सांगून टाकलं.' मग तो अत्यंत विनम्रपणे तिला म्हणाला, "होय, ताई. मला कळलं तुमचं म्हणणं. अखेर ते धन तुमच्या कुटुंबाच्याच मालकीचं आहे. ते तर तुम्हालाच मिळालं पाहिजे." एवढं बोलून त्यानं तिथून निघून जाण्याचा बहाणा केला आणि रस्त्यातच जरा दूरवर तो लपून बसला.

रात्र झाली. कावेरी आपली खोदकामाची औजारं घेऊन घरी जायला निघाली. देवळातले लोकही आपापल्या घरी गेले. पुजाऱ्यानं देवळाला कुलूप घातलं. बघता बघता मध्यरात्र झाली. सरपटणारे प्राणी आणि जनावरं आपापल्या लपण्याच्या ठिकाणातून बाहेर पडली. अशा वेळी तो चोर हळूच त्या शेतात शिरला.

रात्रभर तो खणत राहिला. गुप्तधन कुठे मिळतंय का, ते शोधत राहिला; पण अर्थातच ते गुप्तधन त्याला मिळणार तरी कुठून? कारण मुळात गुप्तधन तिथे नव्हतंच ना. बघता बघता पहाट झाली. तो खणता खणता थांबला. कावेरीनं आपल्याला मामा बनवल्याचं त्याच्या लक्षात आलं. आता तिथून काढता पाय घेण्यावाचून दुसरं काहीच शक्य नव्हतं.

सकाळी कावेरी शेतात पोहोचली तेव्हा तिच्या चेहऱ्यावर हसू फुटलं. तिनं मनात जशी अपेक्षा केली होती तसंच घडलं होतं. चोरानं रात्रभर खपून तिचं शेत छान खणून काढलं होतं. आता फक्त त्यात बी-बियाणं पेरायचं तेवढं बाकी होतं. नंतरचे काही महिने तिनं त्या शेतात अपरंपार कष्ट घेतले. त्या वर्षी तिला चांगलं पीक घेता आलं. तिनं ते विकून मिळालेले पैसे शिलकीत टाकले. अखेर तिच्या गाठीशी चार पैसे जमले. मग त्यातले थोडेसे पैसे वापरून तिनं सोन्याचे दागिने केले.

काही महिन्यांनंतर तो चोर पुन्हा कावेरीच्या गावात येऊन दाखल झाला. अर्थात या खेपेस तो वेषांतर करून आला होता. त्यानं आपल्या भल्यामोठ्या मिश्या कापून टाकल्या होत्या आणि डोक्याला रंगीबेरंगी पागोटं घातलं होतं. आपण फिरता विक्रेता असल्याचं भासवत तो या गावात आला होता. त्या गावात पाऊल ठेवल्याबरोबर त्याला शेतात मन लावून काम करणारी कावेरी दिसली; पण एका गोष्टीमुळे त्याला धक्काच बसला. गेल्या वर्षी जाडेभरडे सुती कपडे घालून शेतात काम करणारी ती गरीब स्त्री आता मात्र दागिन्यांनी मढलेली होती. या बाईला नक्कीच या गुप्तधनाचा शोध लागलेला दिसतोय. त्याच्या मनात विचार आला. आता काहीही झालं तरी आपण तिच्या घरात जायचं आणि राहिलेल्या धनाचा शोध घ्यायचा, असं त्यानं ठरवलं.

त्या रात्रीच तो कावेरीच्या घरी आला आणि तिच्या नवऱ्याला म्हणाला, "मी एक प्रवासी आहे. मला एका रात्रीपुरता आसरा हवा आहे. मला कृपा करून तुमच्या घरी झोपण्यापुरती जागा द्या."

कावेरीच्या नवऱ्यानं ते लगेच मान्य केलं; पण कावेरीनं मात्र आतल्या खोलीतून त्या माणसाला नीट निरखून पाहिलं. त्यानं वेषांतर केलेलं असलं, तरी तिनं त्याला लगेच ओळखलं. हा आपल्या घरात घुसून चोरी करण्याचे बेत आखत असणार याचा तिला ताबडतोब अंदाज आला. मग ती आतून मुद्दाम त्या चोराला ऐकू जाईल इतक्या मोठ्या आवाजात म्हणाली, "अहो, ऐकलंत का? तुमची मावशी आज रात्री घरी एकटीच आहे. आणि ती अंधाराला घाबरते म्हणून तिनं आपल्याला दोघांनाही तिच्या घरी राहायला बोलावलं आहे. चला, आपण तिच्याकडे जाऊ या." त्यानंतर मुद्दाम अगदी कुजबुजता स्वर काढून

पण त्या चोराला व्यवस्थित ऐकू जाईल अशा आवाजात ती म्हणाली, "आणि हां, दागिन्यांची मुळीच काळजी करू नका. मी घराच्या भिंतींमध्ये छोटी छोटी भगदाडं करून त्यात सगळे दागिने नीट लपवून ठेवले आहेत. आणि ती भगदाडं इतकी व्यवस्थित लिंपून टाकली आहेत, की बाहेरून पाहिल्यावर कुणालाही संशयदेखील येणार नाही." त्यानंतर ती बाहेर येऊन नेहमीच्या आवाजात त्या चोराला म्हणाली, "भाऊ, तुम्ही आमच्या घराच्या

पडवीत झोपा. आम्ही घराला कुलूप लावून जाऊ. इथे बाहेर तुमच्यासाठी जेवण आणि प्यायचं पाणी ठेवून जाते आहे. आम्ही उद्या सकाळी परत येऊ." त्या बाईच्या मूर्खपणाला चोर मनातल्या मनात हसला.

कावेरीचा नवरा आ वासून तिच्याकडे बघतच राहिला. ही आपली बायको नक्की कोणत्या मावशीबद्दल आणि कोणत्या दागिन्यांबद्दल बोलत आहे, हेच त्याला कळेना; पण ती घाईघाईनं घराबाहेर पडल्यावर तिच्या मागोमाग आज्ञाधारकपणे तोही चालू लागला.

चोराचा तर स्वत:च्या नशिबावर विश्वासच बसेना. पूर्ण घर पिंजून काढण्यासाठी अख्खी रात्र त्याच्या हातात होती. एकेका भिंतीवर अलगद ठोकून सोन्याचे दागिने कुठे दडवलेले असतील ते शोधून काढायला त्याच्यापाशी भरपूर वेळ होता. मग त्यानं आपला उद्योग सुरू केला. टक् टक्, टक्. आधी ठोकून बघायचं, मग लाथ घालायची, ठोसा मारायचा आणि जोरात धक्का द्यायचा. तो चोरपावलानं घरभर हिंडत होता, सर्वत्र ठोकून पाहत होता, भिंतींना जागोजागी लाथा मारून, धक्के देऊन पाहत होता. कुठेतरी त्या दागिन्यांचा मागमूस लागेल अशी त्याला आशा वाटत होती. अखेर त्यानं एक एक भिंत जमीनदोस्त करायला सुरुवात केली; पण अर्थातच भिंतीत काहीच नव्हतं, तर त्याला काय सापडणार? दमून भागून तो झोपी गेला. अखेर पहाटेचा कोंबडा आरवला, सूर्योदय झाला. तशी त्याला जाग आली. घाईघाईनं आपलं गाठोडं उचलून त्यानं तेथून धूम ठोकली. त्यानंतर काही क्षणांतच

कावेरी आणि तिचा नवरा घरी परतले.

"अगं कावेरी, बघ त्या दुष्टानं आपल्या घराची कशी विल्हेवाट लावली. तू त्याला आसरा दिलास, अन्नपाणी दिलंस आणि रात्री त्या माणसाला घरी एकटं सोडून मला घेऊन बाहेर निघून गेलीस." असं म्हणून कावेरीचा नवरा छाती पिटून जोरजोरात रडत सुटला; पण कावेरी मात्र हसत होती. तिला हसू आवरत नव्हतं. ती म्हणाली, "अहो, अजिबात काळजी करू नका. हा सगळा बेत मी आधीच आखला होता. असं पाहा, आपल्या गेल्या पिकातून जे काही पैसे आले होते, ते मी सगळे वाचवून ठेवले आहेत. आपलं हे जुनं घर पाडून तिथे मोठा नवीन इमला बांधायचं मी ठरवलं होतं. हे जुनं घर पाडण्यासाठी कामगारांना बोलावून घ्यावं लागणारच होतं; पण आता तर हे काम आपल्या या पाहुण्यानंच करून टाकलं आहे. आता आपण आपल्या मनासारखं चांगलं ऐसपैस घर बांधू या."

सगळ्या गावात बघता बघता कावेरीच्या चतुराईची ही कहाणी पसरली आणि लोक तिच्या बुद्धिमत्तेचं कौतुक करू लागले. असे कितीतरी महिने गेले. चोराच्या मनात मात्र कावेरीच्या सुडाची आग पेटली होती. "ही गावंढळ बाई खुशाल आपल्याला फसवते? तेही एकदा नाही, दोनदा?" ही बाई फारच हुशार आहे, हे त्याला आता कळून चुकलं होतं.

मग एक दिवस तो बांगड्या विकणाऱ्या कासाराचा वेष धारण करून गावात बांगड्या विकत फिरू लागला. त्याला बघताक्षणीच तो कोण आहे हे

कावेरीला लगेच कळलं. तिच्या बऱ्याच मैत्रिणी त्या बांगडी विकणाऱ्या माणसाभोवती घोळका करून उभ्या होत्या, मग ती त्यांना उद्देशून मुद्दामच जरा मोठ्या आवाजात म्हणाली, ''अगं, खरंतर मलापण स्वत:साठी बांगड्या विकत घ्यायच्या होत्या. पण आत्ता माझ्याकडे पैसे नाहीत ना. त्या मेल्या दुष्ट चोरानं आमच्या घरातले पैसे चोरण्यासाठी आमच्या घराच्या भिंती पाडून टाकल्या ना, तेव्हापासून मी आमच्या जवळचे सगळे पैसे रानातल्या एका झाडाच्या ढोलीत लपवून ठेवले आहेत.''

''पण कोणत्या झाडाच्या?'' तिच्या मैत्रिणी म्हणाल्या.

''ते काही मी कुणाला सांगणार नाही; पण निदान ते पैसे रानातल्या त्या झाडात सुरक्षित आहेत.''

चोरानं कावेरीकडे निरखून पाहिलं. आत्ता तिच्या अंगावर अगदी साधीशी सुती साडी होती आणि एकही दागिना नव्हता.

त्या बांगडी विकणाऱ्या विक्रेत्यानं आपल्याजवळच्या बांगड्या तिथेच टाकल्या. त्या फुटण्याचा भलामोठा आवाज झाला. जमलेल्या सगळ्या बायका थक्क होऊन बघतच राहिल्या. पण तो मात्र रानाच्या दिशेनं पळत सुटला. कावेरीच्या चेहऱ्यावर मिस्कील हास्य पसरलं होतं.

तिकडे रानात चोरानं त्या दडवलेल्या दागिन्यांचा अगदी कसून शोध घेण्यास सुरुवात केली. तो झाडांवर चढत होता, उतरत होता, झुडपांमध्ये हात घालून चाचपून पाहत होता. काट्याकुट्यांमुळे त्याच्या अंगावर ओरखडे उमटले होते. त्याला मधमाश्या चावल्या होत्या. त्याचं अंग ठेचकाळलं होतं; पण तरीही तो हार मानायला मुळीच तयार नव्हता. ते दागिने नक्की इथेच कुठेतरी दडलेले होते आणि ते काही झालं तरी हस्तगत करायचेच, असं त्यानं पक्कं ठरवून टाकलं होतं.

मग आता आपण त्या चोराला त्या रानातच सोडून देऊ या. त्याला बसू दे त्या दुसऱ्या कुणाच्यातरी मालकीच्या दागिन्यांचा शोध घेत, ठेचकाळत, धडपडत, त्या रानावनात भरकटत!

गावात सर्वत्र कावेरीची खूप वाहवा झाली. तिनं त्या चोरट्याला चांगलीच अद्दल घडवली होती ना! ती त्यानंतरही अशीच खूप मेहनत करत राहिली. तिनं खूप पैसा कमावला. शेती करता करता ती वयानं म्हातारी झाली पण तिच्याकडे पुष्कळ संपत्ती जमा झाली. शेवटी तिचे कष्ट पाहून तिच्या नवऱ्यालापण स्वत:ची लाज वाटली. त्यानं आपला आळस झटकून तिला कामात मदत करण्यास सुरुवात केली. पुढे त्या चोराचं काय झालं, देव जाणे. कदाचित तो अजूनही वेड्यासारखा रानावनात पैशाचा, दागिन्यांचा शोध घेत

भटकतसुद्धा असेल. एव्हाना त्यानं जर परिश्रमाचं महत्त्व जाणून कष्ट केले असते, तर तोसुद्धा कावेरीइतकाच श्रीमंत झाला असता.

~

*गोष्ट संपली. मुलं जोरजोरात हसत सुटली. "बिचारा चोर!" मीनू आणि कृष्णा खिदळत म्हणाले. "एखादेवेळी त्याला वाघोबानं खाऊन टाकलं असेल."*

*आजीपण हसू लागली. मग ती आनंदला म्हणाली, "हे बघ, परिश्रमांना जर नशिबाची जराशी जोड मिळाली तर माणूस काय काय करू शकतो. कोणत्याही परिस्थितीवर तो मात करू शकतो, कोणत्याही परिस्थितीचा वापर स्वत:च्या फायद्यासाठी करून घेऊ शकतो."*

~

# सर्वांत सुखी कोण?

*मीनू आज जरा रागातच होती. ती फुरंगटून, गाल फुगवून बसली होती. आजीशीसुद्धा बोलायला तयार नव्हती. पण कुठलंही मूल आपल्या आजीवर किती वेळ रुसून बसू शकणार? शिवाय मुलांची आजी इतकी प्रेमळ, इतकी मायाळू होती, की तिच्यापाशी आपलं मन मोकळं केल्याशिवाय कोण राहू शकणार?*

*"आजी, तीन दिवस झाले; पण अजूनही तू आम्हाला राजाची गोष्ट सांगितलेली नाहीस." मीनू रुसलेल्या आवाजात म्हणाली.*

*आजीनं मान हलवली. "खरं आहे तुझं, मीनू. ही खरंच माझी चूक आहे. खरंतर मी तुम्हाला राजाची गोष्ट याआधीच सांगायला हवी होती."*

*"आणि मला चांगल्या, कनवाळू राजाची गोष्ट हवी बरं का, आजी. आपल्या प्रजेच्या कल्याणासाठी झटणाऱ्या राजाची. लोकांवर अत्याचार करून त्यांना तुरुंगात टाकणाऱ्या राजाची गोष्ट नाही ऐकायची मला." मीनूनं पुढे होऊन सरसावून बसत मागणी केली.*

*"ठीक आहे, पोरी. तर ऐका... एक राजा होता. अगदी तुम्हाला हवा,*
*तसाच..."*

*आजीनं गोष्ट सांगायला सुरुवात केली.*

~

एक अमृत नावाचा राजा होता. त्याचं आपल्या प्रजेवर अतिशय प्रेम
होतं. तो आपल्या राज्याची नीट देखभाल करत असे. त्याचा प्रधानसुद्धा
अत्यंत सुस्वभावी, कर्तव्यदक्ष होता. त्याचं नाव चंदन. तो राजाला
त्याच्या कामात निरलसपणे साथ देई.

एक दिवस राजा अमृत आणि त्याचा प्रधान चंदन हे दोघंही
राजप्रासादाच्या गच्चीमध्ये येरझाऱ्या घालत होते. वरच्या बाजूनं भोवतालचा
रमणीय परिसर न्याहाळत होते. खूप दूरवरचं दृश्य त्यांना इतक्या उंचीवरून
स्पष्ट दिसत होतं. दूर अंतरावर आठवड्याचा बाजार भरलेला होता. रंगीबेरंगी
कपड्यातले लोक खरेदी करायला आले होते, तर कुणी आपला माल
विकण्यासाठी मांडून बसले होते. बाजार मालानं खच्चून भरलेला होता आणि
लोकांकडे तो माल विकत घेण्यासाठी भरपूर पैसेपण होते. गरीब लोक कुठेच
दिसत नव्हते. राजाचा चेहरा समाधानानं भरून गेला. त्याच्या चेहऱ्यावर
स्मितहास्य उमटलं. आपल्या प्रजेची संपन्नता आणि समृद्धी पाहून त्याचा ऊर
अभिमानानं भरून गेला. कोणत्याही कर्तव्यदक्ष राजाप्रमाणेच आपल्या प्रजेच्या
सुखातच त्याचं सुख सामावलेलं होतं.

तो चंदनकडे वळून म्हणाला, "माझी प्रजा बघ किती सुखी, समाधानी
आहे. पण मला त्यांच्याशी प्रत्यक्ष संवाद साधून या गोष्टीची खात्री करून
घ्यायची आहे. तेव्हा उद्या समाजाच्या सर्व स्तरांमध्ये, विविध क्षेत्रांमध्ये काम
करणाऱ्या लोकांना माझ्या दरबारात बोलावून घे. त्यांचं कसं चाललंय, हे मी
स्वतःच त्यांना विचारीन." राजाच्या अशा विचित्र मागण्यांची चंदनला सवयच
होती, त्यामुळे त्यानं मान हलवून होकार दिला आणि त्याच्या हुकुमाची
अंमलबजावणी करण्यासाठी तत्काळ तिथून निघाला.

दुसऱ्या दिवशी सकाळी मोठ्या आनंदात, स्वतःशी गाणं गुणगुणत राजा
दरबारात आला. तिथे असंख्य माणसं जमा झाली होती. ती सगळी त्याचीच
वाट बघत होती. ते दृश्य पाहून तो अत्यंत प्रसन्न झाला. घसा साफ करून
जरा मोठ्या आवाजात तो म्हणाला, "आज मी तुम्हा सर्वांना खास इथे
बोलावून घेतलं आहे, कारण मला तुम्हा सर्वांना एक अत्यंत महत्त्वाचा प्रश्न
विचारायचा आहे. तुमचा राजा या नात्यानं मला एक गोष्ट कळली पाहिजे, ती

म्हणजे तुम्ही सर्व जण सुखी आहात ना? तुमच्या सर्व गरजा व्यवस्थित भागतात ना? तुमच्या माहितीत एखादा असमाधानी माणूस आहे का?''

सर्व प्रजाजन एकमेकांकडे बघू लागले. सर्वांनी स्वत:शी जरा वेळ राजाच्या बोलण्यावर विचार केला. आणि मग एक एक जण पुढे होऊन बोलू लागला. आपण किती सुखी, किती समाधानी आहोत, हे प्रत्येक जण वर्णन करकरून सांगत होता. त्यांच्या स्वयंपाकघरात मुबलक अन्नधान्य होतं. त्यांचे उद्योगधंदे व्यवस्थित चालू होते. राजानं त्यांच्या सुरक्षिततेची अगदी व्यवस्थित काळजी घेतली होती. शेतकऱ्यांनी भरपूर धान्य पिकवलं होतं. नद्या, तळी दुथडी भरून वाहत होती. त्यात पुष्कळ मासे होते. कोणालाही याहून आणखी काय हवं असतं?

हे सगळं कानावर पडल्यावर राजा अधिकच प्रसन्न झाला; पण चंदन मात्र एकेक गोष्ट शांतपणे ऐकत उभा होता. त्याच्या कपाळावर थोड्या आठ्यासुद्धा पडल्या होत्या. का बरं? काय झालं असावं? जरा वेळानं तो राजापाशी जाऊन त्याच्या कानात काहीतरी कुजबुजला. ते ऐकून राजा अमृतच्या चेहऱ्यावर आश्चर्य पसरलं. त्यानं भुवई उंचावली. चंदन हे काय बोलत होता? हे असं काही शक्यच नव्हतं. तो चेष्टा तर करत नव्हता ना? मग त्यानं चंदनच्या चेहऱ्याकडे नीट निरखून पाहिलं. पण ती चेष्टा नव्हती. चंदनचा चेहरा गंभीर होता.

मग दरबारात जमा झालेल्या प्रजाजनांकडे वळून त्यानं एक मुलखावेगळी घोषणा केली. ''तुम्ही सर्व जण सुखी आणि समाधानी असल्याचं मला सांगत आहात, त्याबद्दल तर मला आनंदच आहे; पण मला हीच गोष्ट पडताळून पाहायची आहे. तेव्हा उद्या तुम्ही सर्व सुखी-समाधानी लोकांनी शाही उद्यानात जमा व्हायचं आहे आणि माझी भेट घ्यायची आहे; पण माझी एक अट आहे. तुमच्यापैकी प्रत्येकानं शाही उद्यानाच्या मुख्य प्रवेशद्वारातून आत शिरून उद्यानातून सरळ चालत मागच्या द्वारापाशी यायचं आहे. तिथे मी तुमची भेट घेईन. तुम्ही उद्यानात जेव्हा प्रवेश कराल तेव्हा तुमच्यापैकी प्रत्येकाला एक एक पोतं देण्यात येईल. त्यात तुम्ही या उद्यानातली तुम्हाला पाहिजे ती फळं, फुलं जमा करा.''

हे ऐकताच जमलेल्या प्रजाजनांमध्ये आनंदाचं, उत्साहाचं वातावरण पसरलं. उद्या खूपच गंमत येणार होती. राजाच्या शाही उद्यानात सामान्य नागरिकांना सहसा प्रवेश मिळत नसे. राजानं जगभरातून अत्यंत दुर्मीळ रोपं आणून तेथे लावली होती. अत्यंत चित्रविचित्र झाडाझुडपांनी ते उद्यान बहरलेलं होतं.

दुसऱ्या दिवशी सकाळी ठरलेल्या वेळी सर्व प्रजाजन उद्यानाच्या प्रवेशद्वारापाशी जमा झाले. थोड्याच वेळात रक्षकांनी उद्यानाचं भलंमोठं प्रवेशद्वार उघडून प्रत्येकाच्या हातात एक एक पोतं देऊन सर्वांना आत सोडलं. पुरुष, स्त्रिया आणि मुलं त्या उद्यानात मनमुराद विहार करू लागली. रसाळ सफरचंदांनी आणि आंब्यांनी वृक्ष लगडले होते. लोकांनी ते घाईघाईनं तोडले. इतक्यात पलीकडच्या बाजूला लालबुंद दाण्यांनी भरलेली डाळिंबं त्यांच्या दृष्टीस पडली. शेजारीच द्राक्षं होती. आणि सर्वत्र इतकी विविधरंगी फुलं उमललेली होती, अशी फुलं आणि फळं त्यांनी याआधी कधीच पाहिलेली नव्हती. लोकांनी मनमुराद फळं, फुलं जमा केली. त्यांच्याजवळची पोती भरून गेली.

पण लोक बगिच्यातून जसजसे पुढे जाऊ लागले तसं तिथलं दृश्य बदललं. आता त्यांच्यासमोर आखीवरेखीव उद्यान नव्हतं. आता एखाद्या घनदाट रानात त्याचं रूपांतर झालं होतं. त्यांच्यासमोर जी झाडं होती, त्यावर सोन्याची सफरचंदं आणि चांदीचे आंबे लटकत होते. झाडांना हिऱ्यामाणकांची फुलं लागली होती.

मग प्रत्येकानं आपापली फळाफुलांनी भरलेली पोती घाईघाईनं तिथेच रिकामी केली आणि ती या मौल्यवान फळाफुलांनी भरण्यास सुरुवात केली. आपल्या घरी आपल्या गरजेपेक्षा जास्तच गोष्टी उपलब्ध असून आपण तृप्त

आहोत, समाधानी आहोत, असं आपण आपल्या तोंडानं राजाला सांगितलं आहे, हे सर्व जण आता पूर्णपणे विसरले होते. त्यांच्या मनातील तृप्तीची जागा आता लालसेनं, मोहानं घेतली होती. जास्तीत जास्त मौल्यवान गोष्टी आपण आपल्या पोत्यात कशा भरून घेऊ शकू, यासाठीच आता सर्वांची प्रचंड धडपड चालू होती. जी मधुर, रसाळ फळं त्यांनी घरी नेण्यासाठी पोत्यात भरून घेतली होती, त्या फळांचा एक भला मोठा ढीग आता तिथे बाजूला जमा झाला होता. ती पायदळी तुडवली जात होती. ती सडण्यासाठी तिथेच सोडून लोक मौल्यवान फुलं, फळं जमा करण्याच्या मागे लागले होते.

बघता बघता त्यांची पोती गच्च भरून गेली. मग सर्व जण ती घेऊन उद्यानाच्या मागच्या द्वारापाशी त्यांची वाट बघत असलेल्या राजाची भेट घेण्यासाठी निघाले. पण हे काय? रस्त्यात एक अतिशय प्रचंड वेगवान जलप्रवाह त्यांची वाट अडवून वाहत होता. आजूबाजूच्या खडकांमधून पाणी खाली कोसळत होतं. तो जलप्रवाह फार रुंद नसला तरी त्याचा वेग भीतिदायक होता. लोकांना तो प्रवाह पार करून पलीकडे जाण्यासाठी नौकासुद्धा उपलब्ध नव्हत्या. म्हणजे त्यातून पोहत पोहत पलीकडे जाणं, हा एकच मार्ग त्यांच्यापुढे होता. दुसरा काहीच पर्याय नव्हता. पण त्यांच्याजवळची पोती अत्यंत जड अशा सोन्या-चांदीच्या, हिऱ्या-माणकांच्या फळाफुलांनी भरली होती. ती बरोबर घेऊन पोहत पलीकडे जाणं तर अशक्यच होतं.

लोक त्या प्रवाहाच्या कडेला बराच वेळ डोकं खाजवत, विचार करत उभे होते. मग त्यातला एक तरुण पुढे झाला. प्रत्येकाच्या मनात जो विचार घोळत होता तोच त्यानं कृतीत आणला. त्यानं आपल्या जवळचं भरलेलं पोतं मागेच सोडलं आणि पाण्यात उतरून पोहत पोहत तो पलीकडच्या बाजूला जायला

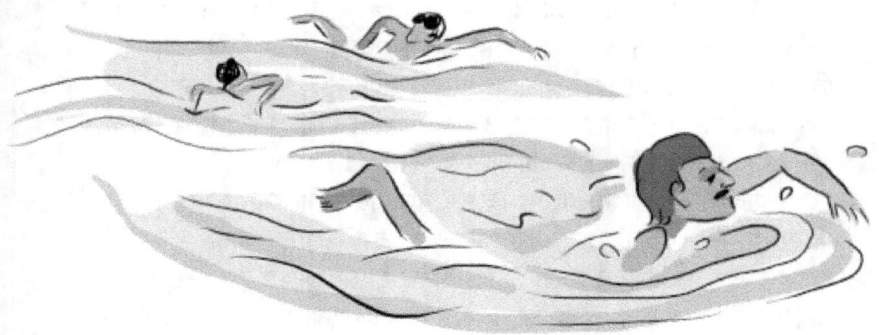

निघाला. हळूहळू इतर लोकंसुद्धा तसंच करून त्याच्या मागोमाग निघाले. आपण आयुष्यभर सुखात लोळता येईल एवढी धनसंपत्ती त्या पोत्यात गोळा केली आणि आता तीच अशी मागे सोडून जावं लागतंय, या कल्पनेनं दुःखी होऊन अनेक लोक रडू लागले; पण नाइलाजच होता. अखेर ते रिकाम्या हातानं पाण्यात उतरले. सर्व जण पाण्यानं चिंब भिजलेल्या अवस्थेत राजासमोर जाऊन उभे राहिले. ते दुःखीपण होते आणि चिडलेलेसुद्धा होते.

ओल्या कपड्यांनिशी कसेबसे जड पावलांनी चालत सर्व प्रजाजन राजा अमृत आणि प्रधान चंदन यांच्या दिशेनं येत असताना ते दोघं त्यांच्याकडे निरखून पाहत होते. चंदनच्या चेहऱ्यावर कळत नकळत हलकंसं स्मित हास्य उमटलं होतं. जेव्हा सर्व जण त्याच्यासमोर गोळा झाले तेव्हा तो त्यांना म्हणाला, ''काल मी जेव्हा तुम्हाला प्रश्न विचारला, की तुम्ही तुमच्या आयुष्यात सुखी आहात का, तुमच्या वाट्याला जे काही आलेलं आहे, त्यात समाधानी आहात का, तुम्हाला कसली कमतरता तर नाही ना... तेव्हा तुम्ही सर्वांनी अगदी एकमुखानं होकार दिला होता. आपल्याला आणखी काहीच नको असल्याचंही तुम्ही मला सांगितलं होतं. पण आज जेव्हा माझ्या उद्यानातून तुम्हाला मिळालेली धनदौलत मागे सोडून यावं लागलं, तेव्हा तुमच्या चेहऱ्यावर विषण्णतेची छाया पसरलेली मला स्पष्ट दिसते आहे. जर तुम्ही खरोखरच तृप्त आणि समाधानी होतात, तर मग तुम्ही ती सोन्याचांदीची फळं, फुलं गोळा केलीतच का? आणि आता तुम्हाला इतकं दुःख कशासाठी होतंय?''

त्याचं ते बोलणं ऐकून सर्व जण माना खाली घालून उभे राहिले. त्यांना स्वतःच्या वागण्याची लाज वाटत होती, हे उघड होतं. फक्त एकच तरुण मुलगा तेवढा अगदी शांत चेहऱ्यानं, ताठ मानेनं उभा होता. ज्या मुलानं आपलं भरलेलं पोतं मागे ठेवून सर्वांत आधी पाण्यात पाऊल टाकलं होतं, तोच हा मुलगा होता. त्याचा चेहरा आनंदी दिसत होता. एवढ्या मोठ्या जनसमुदायातून त्याचा एकट्याचा तो हसरा, उल्हासित चेहरा चंदननं बरोबर टिपला आणि त्याला त्यानं पुढे बोलावलं. तो त्या मुलाला म्हणाला, ''काय रे, अगदी अनपेक्षितपणे एवढी मोठी धनदौलत तुझ्या हाती पडली होती, ती सगळीच्या सगळी मागे सोडून निघून येताना तुला जराही दुःख नाही झालं?''

त्यावर तो तरुण मुलगा म्हणाला, ''पण मुळात मी सोन्या-चांदीची, हिऱ्या-माणकांची फळं, फुलं माझ्या पोत्यात जमा केलीच नव्हती. मी तर ताजी रसाळ फळं तोडून घेतली होती. वाटेत मी ती पोटभर खाऊनसुद्धा घेतली होती. जी काही थोडी उरली होती ती मी माझ्या पोत्यात भरून माझ्या

लहान मुलीला नेण्यासाठी घेतली होती. ती घरी आहे. ही मधुर सफरचंदं आणि हे रसाळ आंबे तिला नक्की आवडतील असं मला वाटलं, म्हणून मी ती घेतली; पण जेव्हा तो जलप्रवाह पार करण्यासाठी पोहून पलीकडे जाण्यावाचून दुसरा काही मार्ग नाही हे माझ्या लक्षात आलं, तेव्हा ते पोतं मी तसंच ठेवून दिलं. ते ठेवताना मला मुळीसुद्धा दुःख झालं नाही. माझ्या मुलीला दुसऱ्या एखाद्या फळबागेतली रसाळ फळं चाखायला मिळतीलच; पण महाराजांनी आपल्या या इतक्या रम्य, सुंदर उद्यानातून मनसोक्त विहार करण्याची संधी आम्हा सर्व प्रजाजनांना दिली, याचाच मला खूप आनंद झाला. इथल्या नानाविध फळझाडांकडे, फुलझाडांकडे, पक्ष्यांकडे मला डोळे भरून पाहता आलं. हे इतकं नितांत रमणीय स्थळ आमच्या महाराजांनी इथं निर्माण केलं आहे. किती महान आहेत ते. मला आज या सौंदर्याचा आस्वाद घेण्याचं भाग्य मिळालं, याचाच मला आनंद आहे.''

अखेर राजा अमृतच्या चेहऱ्यावर हसू उमटलं. चंदन त्याच्याकडे वळून म्हणाला, ''महाराज, केवळ पैसाअडका आणि अन्नधान्य मुबलक प्रमाणात मिळाल्यानं लोकांची हाव संपुष्टात येते असं नाही. ते खरोखर मनातून समाधानी आणि तृप्त असले पाहिजेत. म्हणजे हातात नव्यानं पैसा येवो अथवा जवळच्या धनसंपत्तीचा काही कारणानं ऱ्हास होवो, त्यांच्या मनोवृत्तीत त्यानं काहीच बदल घडत नाही. आणि हा धडा आपल्यापैकी प्रत्येकानंच शिकला पाहिजे. मग तो राजा असो, की रंक.''

राजानं मान हलवली. त्याला चंदनचं म्हणणं पूर्णपणे पटलं होतं. तसंच ते सर्व प्रजाजनांनाही पटलं होतं. हा एक धडा ते कधीच विसरणार नव्हते.

~

*"मीनू, तुला गोष्ट आवडली का?" रघूनं विचारलं.*

*"हो, आवडली ना." मीनू मान हलवत म्हणाली. "पण मला ना त्या राजापेक्षा त्याचा प्रधानच जास्त आवडला."*

*"खरं आहे तुझं, मीनू." आजी म्हणाली. "कधी कधी राजालासुद्धा योग्य मार्ग दाखवण्यासाठी बुद्धिमान, चाणाक्ष मंत्र्यांची आवश्यकता असते. अकबर आणि बिरबल ही जोडी आठवा. नुसतं राजालाच कशाला, आपण बरोबर वागतो आहोत की चूक हे सांगायला आपल्यालासुद्धा कुणाचीतरी आवश्यकता असते. मग ते आपले आईवडील असतील, आजीआजोबा असतील, गुरुजन असतील किंवा आपला सच्चा मित्र असेल. पण सर्वांत महत्त्वाची गोष्ट म्हणजे आपण त्यांनी सांगितलेलं ऐकलं पाहिजे आणि गरज पडेल तेव्हा आपल्या वागण्यात बदल केला पाहिजे."*

~

# मंतरलेले विंचू

*त्या* दिवशी सकाळी मुलांची नुसती धमाल चालली होती. आजीनं अडगळीची खोली साफ करायला काढली होती. त्यासाठी तिनं सगळ्या मुलांना मदतीला बोलावून घेतलं होतं. या खोलीत आजोबांनी इतक्या नाही नाही त्या गोष्टी जमा करून ठेवल्या होत्या. आजीला त्याचा खूप वैताग यायचा. केवळ त्या पसाऱ्यामुळेच त्या खोलीत झुरळं, उंदीर, वाळवी आणि इतर किड्यांचा सुळसुळाट झाला होता, आणि घरी सर्वांनाच त्याचा उपद्रव होत होता, असं आजीचं ठाम मत होतं. प्रत्येक उन्हाळ्याच्या सुट्टीत मुलांचा या खोलीत एक दिवसभर मुक्त संचार असायचा. तिथे सापडलेला असंख्य जुन्यापुराण्या वस्तूंचा खजिना, हा त्यांचा एक आनंदाचा विषय असायचा. आजी त्यांना तिथे सापडलेल्या काही गोष्टी ठेवून घेण्याचीसुद्धा परवानगी द्यायची. अर्थात त्यामुळे त्या मुलांच्या आया जरा नाराज व्हायच्या, ही गोष्ट वेगळी!

आज त्या मुलांच्या हाती एक जुनीपुराणी लाकडी पेटी लागली होती. पेटी तशी मोठी होती. त्यावर सुंदर कोरीव काम केलेलं होतं. पानं, फुलं,

*वेलबुट्ट्यांच्या नक्षीनं ती पेटी नटलेली होती. पेटीच्या आत लहान-मोठे असे बरेच कप्पे होते. अनेक आकारांच्या वस्तू त्यात नीट जपून ठेवण्याची सोय होती. आता अर्थातच ते सगळे कप्पे रिकामे होते; पण रघू सध्या एक पुस्तक वाचत होता. 'खजिन्याचे बेट.' त्यामुळे कोणे एके काळी त्या कप्प्यांमध्ये चांदी, सोन्याची नाणी, मोठमोठे हिरे, माणकं आणि विविध प्रकारची रत्नं ठेवण्यात आली असतील, अशी त्यानं कल्पना केली.*

*ती पेटी प्रत्येकानं नीट निरखून पाहिली. मग त्यांचं ठरलं. आजीकडून आज अशा हरवलेल्या खजिन्याचीच गोष्ट ऐकायची. आजीला तर जागातल्या प्रत्येकच गोष्टीमागची एक तरी कथा ठाऊकच असायची. त्यामुळे मग तिनं लगेच सुरुवात केली.*

~

सिद्धार्थ हा एक तरुण, सुस्वभावी व्यापारी होता. कामाच्या शोधात तो एका गावात आला. या गावातले लोक त्याला इतके आवडले की आपल्याजवळचा साठवलेला सगळा पैसा वापरून इथे एक छानसं घर घ्यायचं आणि या गावातच स्थायिक व्हायचं, असं त्यानं ठरवलं. त्यासाठी घराचा शोध घेत तो हिंडत असतानाच त्याची उदयशी गाठ पडली.

उदय हा एक गरीब माणूस होता. त्याचं घराणं एके काळचं खूप श्रीमंत जमीनदारांचं; पण आता मात्र त्यांची परिस्थिती बरीच हलाखीची होती. उदयचं एक पिढीजात घर होतं. घर कसलं, खूप मोठा इमलाच म्हणा ना. ते विकून आपल्या डोक्यावर असलेलं सगळं कर्ज फेडून टाकायचं, असा उदयचा विचार होता.

उदयनं सिद्धार्थला जेव्हा ते घर दाखवलं, तेव्हा ते त्याला फारच आवडलं. त्यानं ते ताबडतोब खरेदी केलं आणि त्याच्या नूतनीकरणाचं काम सुरू केलं. त्या घरात बऱ्याच दुरुस्त्या करायला हव्या होत्या. बऱ्याच भागाची पडझड झालेली होती. घराच्या तुटक्याफुटक्या फरश्या खणून काढण्याचं काम सुरू असताना सिद्धार्थला तिथे एक बंद पेटी सापडली.

ती जमिनीत बऱ्याच खोलवर पुरण्यात आली होती. त्यानं ती उघडून पाहिली आणि त्याला आश्चर्याचा प्रचंड मोठा धक्का बसला. ती पेटी विंचवांनी भरलेली होती. त्यानं घाबरून ती पेटी लांब भिरकावून दिली.

सायंकाळी तो त्यांच्या गावातल्या सर्वांत विद्वान माणसाला भेटायला गेला. त्यानं विंचवांनी भरलेल्या पेटीविषयी त्या माणसाच्या कानावर घातलं आणि त्यापाठीमागे नक्की कोणतं रहस्य दडलेलं असावं, हेही विचारलं. तो विद्वान माणूस जरा वेळ विचार करून म्हणाला, ''कदाचित त्या घराण्यातील वाडवडिलांनी त्या पेटीत काही संपत्ती दडवून ठेवलेली असेल. कोणालाही संकटसमयी त्या संपत्तीचा उपयोग व्हावा, ही त्यामागची इच्छा असेल; पण मध्यंतरी अनेक वर्षांचा काळ लोटल्यामुळे ती पेटी सर्वांच्या विस्मरणात गेली असेल.''

सिद्धार्थ अजूनही बुचकळ्यातच पडलेला होता. तो म्हणाला, ''अहो, पण ती पेटी विंचवांनी भरलेली होती. पैशांनी नव्हे.''

त्यावर तो वृद्ध माणूस हसला. ''ही पेटी मंतरलेली असणार. ती जर त्या घराण्यातील माणसांऐवजी दुसऱ्या कुणी उघडली, तर ही विंचवांनी भरलेली असल्याचं भासत असेल. केवळ त्या घराण्यातील व्यक्तीच त्या पेटीत खरं काय दडलं आहे, हे पाहू शकेल.''

ही गोष्ट ऐकून सिद्धार्थला फार वाईट वाटलं. उदयनं त्याला जेव्हा हे घर विकलं होतं तेव्हा तो हे गाव सोडून निघाला होता. जाण्यापूर्वी आपल्या वडिलोपार्जित घराकडे साश्रू नयनांनी त्यानं कितीतरी वेळ पाहिलं होतं. त्या बिचाऱ्याला या गुप्तधनाविषयी जर आधीच समजलं असतं, तर कदाचित त्याच्यावर हे घर विकण्याची वेळसुद्धा आली नसती. त्यानंतर सिद्धार्थ आपल्या घरी परत गेला. ही विंचवांनी भरलेली पेटी आपण नीट संभाळून ठेवायची आणि त्या घराच्या वारसदारांपैकी कुणी आपल्याला भेटलंच, तर त्या व्यक्तीच्या हाती ती सुपुर्द करायची, असं त्यानं मनोमन ठरवलं. या पेटीचा खरा मालक कोण हे शोधून काढण्यासाठी त्यानं एक युक्ती केली. त्या पेटीतून चार विंचू काढून त्यानं ते आपल्या नव्यानं उघडलेल्या दुकानाच्या चार कोपऱ्यांमध्ये लटकत ठेवले.

त्याच्या दुकानात आलेली सगळी गिऱ्हाइकं त्या विंचवाकडे पाहून अचंबित होत आणि सिद्धार्थला म्हणत, ''अरे, तुला काय वेड लागलंय की काय? तू हे असले भयंकर विषारी किडे आपल्या दुकानात कशासाठी लटकत ठेवले आहेस? तुझ्या दुकानात खरेदी करण्यासाठी आलेल्या ग्राहकांनी जीव मुठीत धरून पळून जावं असं तर नाही ना तुला वाटत?''

त्यांचं ते बोलणं ऐकून सिद्धार्थ नुसता गालातल्या गालात हसायचा. अख्ख्या पंचक्रोशीत आपल्या दुकानाइतका उत्कृष्ट माल कुठे शोधूनसुद्धा सापडणार नाही, याची त्याला पूर्ण कल्पना होती. त्यामुळे त्या दुकानात टांगलेल्या विंचवांची पर्वा न करता लोक त्याच्याच दुकानात खरेदी करण्यासाठी येत. काही दिवसांतच त्याच्या दुकानाचं नावच मुळी 'विंचवाचं दुकान' असं पडलं. लोक त्याच्या पाठीमागे त्याला हसत, त्याची चेष्टा करत; पण सिद्धार्थला त्याची जराही पर्वा नव्हती.

अशी कित्येक वर्षं लोटली. सिद्धार्थचं वयही आता वाढलं होतं. तो पूर्वीसारखा तरुण राहिला नव्हता. त्याला बायको आणि मुलं होती. गाठीला भरपूर पैसा होता. पण त्याच्या अंतर्यामी एकच दु:ख होतं. अजूनही त्या पेटीवर हक्क सांगायला कुणीच आलं नव्हतं.

एक दिवस एक मुलगा त्या दुकानात येऊन म्हणाला, ''महोदय, तुम्ही खूप श्रीमंत आहात. या गावातल्या गोरगरीब, अडल्यानडल्याला तुम्ही मदत करता, अशी तुमची ख्याती आहे. माझ्या घरची परिस्थिती अत्यंत हलाखीची आहे. त्यामुळे मला शाळासुद्धा अर्धवट सोडावी लागली. तुम्ही जर मला आर्थिक मदत केली, तर मी माझं शिक्षण पूर्ण करू शकेन.''

सिद्धार्थनं खिन्नपणे मान हलवली. तो म्हणाला, ''गावकऱ्यांनी सगळीकडे माझ्या श्रीमंतीचा अवास्तव बभ्रा केला आहे. मी चांगला पैसा कमावतो हे जरी खरं असलं तरी तुझं शिक्षण पुरं करण्यासाठी मी आर्थिक मदत करू शकणार नाही. तेवढे जास्त पैसे माझ्याकडे नाहीत.''

ते ऐकून त्या मुलाला राग आला. त्याचा चेहरा लालबुंद झाला. तो म्हणाला, ''तुम्हाला जर मला मदत करायची नसेल तर तसं स्पष्ट सांगा; पण तुम्ही खोटं का बोलता? तुमच्याकडे इतका पैसा आहे, की त्याचं काय करायचं हे तुम्हाला कळत नाहीये. तसं नसतं तर तुम्ही तुमच्या दुकानाच्या चार कोपऱ्यांत चार सुवर्णमुद्रा का टांगून ठेवल्या असत्या? माझ्यासारख्या गरीब विद्यार्थ्याला मदत करण्यासाठी तुमच्याकडे सोन्याची नाणी आहेत हे नक्की.''

सिद्धार्थ आश्चर्यानं थक्क होऊन त्याच्याकडे बघत राहिला. ''क... क... काय? तू काय म्हणालास?'' तो म्हणाला. त्याच्या डोळ्यात उत्साह भरला होता.

''मी म्हणालो, तुम्हाला मदत करायची नसेल तर...'' तो मुलगा म्हणू लागला.

''हो... हो, ते मी ऐकलं,'' सिद्धार्थ त्याला मध्येच थांबवत म्हणाला,

"पण त्यानंतर तू काय म्हणालास? दुकानात सुवर्णमुद्रा टांगून ठेवण्याबद्दल?"

आता तो मुलगा सिद्धार्थकडे संशयानं पाहू लागला. 'हा म्हातारा एकदम इतका हर्षभरित कशामुळे झाला आहे बरं? हा वेडा तर नाही ना?' असा विचार त्याच्या मनात चमकून गेला. "मी म्हणालो, तुम्ही इतके श्रीमंत आहात, की तुम्ही चक्क तुमच्या दुकानात चार कोपऱ्यांत चार सुवर्णमुद्रा टांगून ठेवल्या आहेत. त्या पाहा. सगळ्या जगाला त्या दिसतात!" असं म्हणून त्या मुलानं त्या वळवळणाऱ्या विंचवांकडे बोट दाखवलं. सिद्धार्थच्या नजरेला अजूनही ते विंचूच दिसत होते.

आता सिद्धार्थ मोठमोठ्यांदा हसू लागला. त्यानं पुढे होऊन त्या मुलाला जवळ घेतलं.

"बेटा, तू उदय कमलाकर त्यांचा नातलग आहेस का? तुझे कुटुंबीय पूर्वी कधी या गावात वास्तव्य करून होते का?" तो त्या मुलाच्या कानात जवळजवळ ओरडलाच.

आता मात्र तो मुलगा घाबरून मागे सरला. 'हा श्रीमंत म्हातारा नुसताच वेडा नाही तर धोकादायकही दिसतोय,' त्याच्या मनात आलं. "हं... हो. माझं नाव उदय आहे. हे खरंतर माझ्या आजोबांचं नाव होतं. त्यांचं कुटुंब कित्येक पिढ्या याच गावात राहत होतं; पण नंतर त्यांच्या कुटुंबावर फार दुर्धर प्रसंग ओढवला. मग माझ्या आजोबांनी त्यांचं राहतं घर विकलं आणि हे गाव सोडलं. पण आपलं वडिलोपार्जित घर विकावं लागल्याचं फार मोठं दुःख माझ्या आजोबांच्या अंतर्यामी सतत घर करून होतं. त्या दुःखानं त्यांची पाठ कधीच सोडली नाही. त्याचीच हाय खाऊन ते वारले.

सिद्धार्थनं आपल्या डोळ्यातले अश्रू पुसले. "बेटा, तू जरा इथेच थांब,"

असं म्हणून तो धावतच आपल्या घराकडे गेला. परत येताना तो आपल्याबरोबर ती जुनी पेटी घेऊन आला. ती त्या मुलाच्या हातात ठेवून तो म्हणाला, ''ही उघड आणि तुला यात काय दिसतंय ते मला सांग पाहू.''

त्या मुलानं ती पेटी उघडली. त्याचं आश्चर्य त्याच्या डोळ्यांत मावेना. त्याचे डोळे विस्फारित झाले. त्यानं स्वप्नातसुद्धा कधी कल्पना केली नसेल इतकी संपत्ती त्याच्या हाताच्या ओंजळीत होती. ती पेटी सुवर्ण आणि रौप्य मुद्रा तसंच हिऱ्या-माणकांनी गच्च भरलेली होती.

त्यानं आश्चर्यानं सिद्धार्थकडे पाहिलं. सिद्धार्थ समोर हसत उभा होता. ''होय. हे सगळं तुझ्याच मालकीचं आहे,'' सिद्धार्थ म्हणाला. ''गेली कित्येक वर्षं मी ते जतन करून ठेवलं आहे. उदयच्या कुटुंबीयांपैकी कोणीतरी कधीतरी येईल आणि या संपत्तीवर हक्क सांगेल, या आशेनंच मी ती पेटी संभाळून ठेवली होती. आता तुझी सगळी संकटं संपली. तू आता खुशाल घरी जा, तुझ्या वाडवडिलांकडून तुला मिळालेल्या या संपत्तीचा विनियोग तू न्याय्य पद्धतीनं आणि यथायोग्य कर आणि आयुष्यात यशस्वी हो.''

त्यानंतर आपल्याला घराचं नूतनीकरण करताना अचानक एक दिवस ही विंचवांनी भरलेली पेटी कशी काय सापडली याची कथा त्यानं त्या मुलाला सांगितली. ती कथा ऐकून तो मुलगा – उदय, विस्मयचकित झाला. त्यानं कृतज्ञतेपोटी त्यातील अर्धी संपत्ती सिद्धार्थला देऊ केली; पण सिद्धार्थनं मात्र ते अजिबात मान्य केलं नाही. ''हे सगळं तुझ्या मालकीचं आहे. त्याचा उपभोग तूच घे,'' तो म्हणाला.

उदय ती पेटी घेऊन निघून गेला; पण या विक्षिप्त, गमतीदार, प्रामाणिक म्हाताऱ्याला, सिद्धार्थला तो कधीच विसरला नाही. किती निष्ठेनं त्यानं उदयची मालमत्ता जपली आणि इमानेइतबारे त्याच्या हवालीसुद्धा केली.

~

*"किती छान, आजी!"* कृष्णा आ वासून म्हणाली. *"आपल्या गावात जर असा प्रामाणिक दुकानदार असता तर!"* तसं झालं असतं, तर खरंच खूप मजा आली असती, याबद्दल सगळ्याच मुलांचं एकमत झालं. आजी त्या मुलांच्या स्वप्नाळू डोळ्यांकडे बघतच राहिली. मग तिनं त्या सर्वांना घराबाहेरच्या बागेत खेळायला पाठवलं. मग त्या दुपारी ती मुलं काय खेळली, माहीत आहे? *'खजिन्याचा शोध'!*

~

# घोड्याचा सापळा

दुसऱ्या दिवशी अचानक वळवाचा पाऊस आला. ओल्या मातीचा सुगंध आसमंतात पसरला. तृषार्त धरणीनं पाण्याचा प्रत्येक थेंब शोषून घेतला. कुत्र्यांची आणि मांजरांची पिल्लं पावसात भिजत अंगणात बागडत होती. त्यांना पकडून घरात आणण्याचं काम मुलांवर सोपवण्यात आलं होतं. गच्चीवर वाळत घातलेले पापड घाईघाईनं गोळा करून ते आत आणण्याचं काम करण्यात मुलांच्या आया गर्क होत्या. उन्हाळ्यातच नेहमी आजीच्या मार्गदर्शनाखाली पापड आणि लोणची बनवण्याचा वार्षिक कार्यक्रम पार पडत असे.

मीनूनं मनातल्या मनात हिशेब करायला सुरुवात केली. "प्रत्येकाला दररोज निदान पाच पापड तरी आवडतातच. म्हणजे पुढच्या महिन्यासाठी सहाशे पापड लागतील. शिवाय उद्या आपले शेजारी विष्णू काका यांची तीन नातवंडं येणार आहेत. हे इतके छान, चवदार पापड तीसुद्धा आमच्याबरोबर खातीलच. म्हणजे त्यांच्यातल्या प्रत्येकाच्या नावाचे पाच पाच पापड आपल्याला ठेवावेच लागतील... म्हणजे आजीला ६००+५० पापड करावे

*लागतील.'' मीनूची ही आकडेमोड ऐकून आजी गालातल्या गालात हसत म्हणाली, ''हा असा हिशेब करू नको. कदाचित आज आपल्यापैकी प्रत्येक जण पाच पापड खाईलही; पण रोज तसं घडेलच असं मात्र नाही. ओळीनं तीन दिवस जर आपण पापड खाल्ले तर चौथ्या दिवशी कदाचित त्याचा कंटाळासुद्धा येईल. माझ्या भावाच्या घरी लग्न आहे. कदाचित आपण सगळेच लग्नघरी जाऊ. मग तेवढे दिवस आपल्यापैकी कुणीच हे पापड खाणार नाही. तुझा हा काही हिशेब चालला आहे ना, तो पाहून मला तर इंग्लंडमधल्या एका माणसाची आठवण झाली. तोपण असाच घोड्यांच्या संख्येचा हिशेब लावत बसला होता...''*

*सगळी मुलं घाईघाईनं आजीभोवती गोळा झाली. ''आजी, आजी... मग शेवटी त्यानं घोडे कसे मोजले त्याची गोष्ट सांग ना गं तू आम्हाला.''*

*मग आजीला हातातलं काम तिथल्या तिथे थांबवून त्या मुलांना ती गोष्ट सांगणं भागच पडलं.*

~

खूप खूप वर्षांपूर्वी इंग्लंडमध्ये एक खूप मोठा विचारवंत आणि विद्वान माणूस राहत होता. त्याचं नाव जॉर्ज स्मिथ. भविष्यकाळात काय घडू शकतं याचा तो खूप विचार करायचा. पंतप्रधानांना बऱ्याच बाबतीत अतिशय उपयुक्त असे सल्ले द्यायचा.

वीस वर्षांनंतर या देशात अदमासे किती लोक राहत असतील याचाही अंदाज त्यानं बांधला होता. मग त्यासाठी किती शाळा, रुग्णालयं आणि रस्ते बनवावे लागतील याचाही नीट विचार त्यानं केला होता. या इतक्या लोकांचं जर पोट भरायचं असेल तर देशात किती अन्न पिकवावं लागेल, किती धान्य बाहेरील देशांमधून आयात करावं लागेल, या सगळ्याचाच हिशेब त्यानं मांडला होता. त्याच्या त्या सर्व उत्कृष्ट आणि अचूक हिशेबामुळे सरकारलापण भविष्यकालीन योजना बनवण्याचं काम सुकर झालं होतं.

या जॉर्जला नवनवीन योजनांवर आणि उपक्रमांवर चर्चा करण्यासाठी वारंवार पंतप्रधानांच्या ऑफिसात जाऊन त्यांची गाठ घ्यावी लागे. एक दिवस पंतप्रधानांनी त्याला एका बैठकीला बोलावलं होतं. मग तो आपल्या घोडागाडीत बसून त्यांच्या ऑफिसकडे निघाला. जॉर्ज हा सदानकदा विचारात गढलेला असे. आपल्याभोवती काय घडतंय, याची त्याला नीटशी जाणीवही नसे. आजसुद्धा तो आपल्या घोडागाडीतून जात असताना शेतं, जहाजं, घरं अशा विविध विषयांवर विचार करण्यात गर्क होता. अचानक त्याची

घोडागाडी एक धक्का बसून थांबली. त्याची विचारांची तंद्री भंग पावली. रस्त्यात काहीतरी गडबड गोंधळ चालू होता. सगळ्याच घोडागाड्या थांबलेल्या दिसत होत्या. खरंतर जॉर्ज परत आपल्या विचारात गढून जायचा; पण आज मात्र तसं अजिबात झालं नाही. काहीतरी चमत्कारिक गोष्ट घडली आणि तो परत विचारात गढून जाऊच शकला नाही. एक फार उग्र दर्प सगळ्या आसमंतात भरून गेला होता. इतका उग्र की कुणीही ताबडतोब खिशातला रुमाल काढून नाकाला लावावा इतका उग्र.

त्यामुळे आज जॉर्ज काही केल्या परत विचारमग्न अवस्थेत बसून राहू शकेना. आपल्याभोवती काहीतरी विचित्र घडतंय, या जाणिवेनं त्याला अस्वस्थ करून सोडलं. तो मनातल्या मनात एका समस्येची उकल करण्याचा कसोशीनं प्रयत्न करत होता; पण त्या घाणेरड्या वासामुळे त्याचं मन सारखं विचलित होत होतं. लक्षच लागत नव्हतं. मग त्यानं गाडीवानाला हाक मारली. ''अरे जॉन, हा विचित्र उग्र दर्प कसला आहे?''

गाडीवानाला – म्हणजेच जॉनला आपल्या धन्याच्या विसरभोळेपणाची सवय होती. तो म्हणाला, ''घोड्याची लीद!''

घोड्याची लीद! या गोष्टीबद्दल जॉर्जनं आजवर कधीच विचार केलेला नव्हता; पण आता मात्र त्याच्या मनात दुसरा कोणताच विचार येत नव्हता.

जरा वेळानं त्याची घोडागाडी पंतप्रधानांच्या ऑफिससमोर येऊन थांबली; पण जॉर्ज मात्र आतच बसून राहिला. तो विचारात गढून गेला होता. अखेर जॉननं आपल्या मालकाच्या खांद्याला स्पर्श करून त्याला त्याच्या तंद्रीतून जागं केलं आणि त्याला उतरण्याची विनंती केली.

जॉर्ज प्रतीक्षालयाकडे चालत जात असतानासुद्धा त्याच गोष्टीचा विचार करत होता. घोड्यांबद्दल, आणि घोड्याची लीद, तो उग्र वास... अशा सगळ्या गोष्टींबद्दल. इतक्यात पंतप्रधानांचा सेक्रेटरी त्याला भेटायला आला. हा पंतप्रधानांचा सेक्रेटरी ॲडम हा जॉर्जइतका शिकलेला, विद्वान नसला तरी तो अत्यंत कुशाग्र बुद्धीचा होता. तो जॉर्जचं स्वागत करून क्षमायाचना करत म्हणाला, "पंतप्रधानांना एका अत्यंत महत्त्वाच्या बैठकीसाठी अचानक जावं लागलं. त्यामुळे त्यांना ठरलेल्या वेळेपेक्षा थोडा उशीर होईल. तुम्हाला इथे थोडा वेळ थांबावं लागलं तरी चालेल ना?"

जॉर्ज खिडकीतून बाहेर बघत राहिला. बाहेर एका मागोमाग एक घोडागाड्या येऊन उभ्या राहत होत्या. ॲडमला वाटलं, जॉर्जनं आपलं बोलणं ऐकलंच नाही. मग तो परत घसा साफ करून म्हणाला, "मि. स्मिथ, पंतप्रधान साहेबांना..."

"हो, ॲडम. मी तुमचं बोलणं ऐकलंय," जॉर्ज तोंडातल्या तोंडात पुटपुटला.

आपल्या देशातील हा थोर विचारवंत नक्कीच कोणत्यातरी संकटात सापडलेला दिसतो, या विचारानं अस्वस्थ होऊन, तो जॉर्जला म्हणाला, "तुम्ही कसल्यातरी चिंतेत आहात का? काय झालं? मी काही मदत करू का?"

जॉर्ज अचानक त्याच्याकडे बघत अधीरतेनं म्हणाला, "मी आत्ता भविष्यात डोकावून पाहत होतो तर मला एका गोष्टीची जाणीव झाली. आणखी शंभर वर्षांनंतर आपण सगळेच मृत असू. आपल्या देशाचाही विनाश झालेला असेल. आपलं हे राहणीमान संपुष्टात आलेलं असेल. आणि हे सगळं कशामुळे, माहीत आहे? या घोड्यांमुळे. आणि ते ही जी घाण करून ठेवतात ना... ही लीद... त्यामुळे."

ॲडम बुचकळ्यात पडून जॉर्जकडे बघत राहिला. 'हा माणूस मस्करी तर करत नसेल ना?' असा भाव त्याच्या चेहऱ्यावर उमटला होता.

जॉर्ज पुढे म्हणाला, "हे पाहा, या देशात दळणवळणाचं प्रमुख साधन म्हणून आपण घोड्यांचा वापर करतो. गाडी ओढण्यासाठी, राजाच्या तबेल्यामध्ये आणि शेतातही आपण घोड्यांचाच वापर करतो."

ॲडमनं मानेनं होकार दिला. जॉर्जचं म्हणणं खरंच होतं.

"मग आता असे कितीसे घोडे आहेत? आपण असं गृहीत धरू की एकंदर पाचशे कुटुंबांना स्वत:ची घोडागाडी बाळगणं परवडतं. प्रत्येक घरात किमान दोन तरी मुलं आहेत. आणि जर ती मुलंपण अशीच श्रीमंत झाली तर काही वर्षांत आणखी दोन घोड्यागाड्यांची त्या प्रत्येक कुटुंबात भर पडेल. प्रत्येक गाडीसाठी दोन घोडे लागतात. म्हणजे प्रत्येक श्रीमंत कुटुंबात कमीत कमी चार तरी घोड्यांचा वापर होईल. म्हणजेच दोन हजार घोडे होतील. आता जर आपण राजाच्या सैन्याच्या घोडदळातील घोडे, शेतात काम करणारे घोडे असे सगळेच हिशेबात धरले, तर घोड्यांची संख्या प्रचंड प्रमाणावर वाढेल."

ॲडमनं परत होकार दिला. हे सगळं खरंच होतं, पण जॉर्जला यातून नक्की मुद्दा काय मांडायचा होता?

"या सगळ्या घोड्यांची रोजच्या रोज जी लीद तयार होते, त्याचं आपण काय करायचं? त्याची विल्हेवाट लावायची तरी कशी?"

ॲडम त्यावर शांतपणे म्हणाला, "त्यासाठी मोठमोठे खड्डे खणण्यात येतात आणि त्यात ती सर्व लीद पुरण्यात येते."

जॉर्जनं आता मान हलवली. तो म्हणाला, "माझा मुद्दा तर नेमका तोच आहे. शंभर वर्षांनंतर इथे काय दृश्य असेल याची जरा कल्पना करा. तोपर्यंत दोन हजार घोड्यांचे वाढत वाढत चार लाख घोडे झाले असतील. लोकसंख्यासुद्धा वाढत चालली आहे नाही का? म्हणजे याचा अर्थ काय झाला, तर आणखी जास्त लीद. आणि या इतक्या सगळ्या घाणीचं आपण करायचं तरी काय? माणसाला आपलं अस्तित्व टिकवण्यासाठी आणखी जागा, आणखी घरं, आणखी शेतं यांची आवश्यकता भासेल. मग ही घोड्याची लीद पुरण्यासाठी जे खड्डे करावे लागतील, त्यासाठी आपण जागा कुठून आणणार? म्हणजे जागोजाग सगळीकडे लीद आणि घाण यांचं साम्राज्य पसरेल. हळूहळू जर ती घाण पाण्यात गेली तर सर्वत्र रोगराई पसरेल. प्रदूषण होईल. मग आपल्याला सगळ्यांना विषबाधा होईल. हे सगळं वातावरण दूषित होऊन जाईल. आपण सगळे आजारी पडू. ज्या देशात इतके जास्त आजारी लोक

असतील, त्या आजारी लोकांची काळजी घेता घेता आपला देशच मोडकळीला येईल. अखेर सगळी समाजव्यवस्थाच कोलमडून पडेल. आणि इथलं जीवन संपुष्टात येईल. आपण सगळेच मरून जाऊ. हे सगळं केवळ त्या घोड्यांमुळे!''

ॲडमनं एका जागी बसून या सगळ्या गोष्टींवर खूप विचार केला. भविष्याचं जॉर्जनं जे भयानक चित्र रंगवलं होतं, ते खरोखरच फार भीतिदायक होतं... पण मग अचानक ॲडममधला व्यवहारी माणूस जागा झाला. जर समजा जॉर्ज म्हणतो आहे, अगदी तसंच्या तसं नाहीच घडलं, तर? मग तो जॉर्जकडे वळून म्हणाला, ''मि. स्मिथ, तुम्ही तुमच्या या सगळ्या हिशेबात एक महत्त्वाची गोष्ट विचारात घेतलेलीच नाही. ती म्हणजे माणसाची परिस्थितीशी मिळतंजुळतं घेऊन त्यातून काही मार्ग काढण्याची क्षमता. कित्येक वर्षांपूर्वी तर आपल्याकडे घोडागाड्या, बैलगाड्या नव्हत्याच. आपण सगळीकडे पायी पायी चालत जात होतो. मग आपण पशुपालन करण्यास सुरुवात केली. त्यानंतर थोड्याच दिवसांनी आपण गाड्या ओढण्यासाठी जनावरांचा वापर सुरू केला. पण मनुष्यप्राणी केवळ एवढ्यावरच गप्प बसेल, असं तुम्हाला वाटतं का? कुणी सांगावं? आणखी शंभर वर्षांत दळणवळणाच्या आणखी किती तरी साधनांचा शोध लागेल. मग कदाचित त्या वेळी दळणवळणासाठी आपल्याला घोड्यांचा वापर करावासुद्धा लागणार नाही. कदाचित त्या वेळी आपल्याला पक्ष्यांप्रमाणे उडतासुद्धा येऊ लागलं असेल.''

जॉर्जला आपल्या उर्वरित आयुष्यात या समस्येवर तोडगा काही सुचला नाही. ॲडमनं भविष्याबद्दल जे काही भाकीत केलं होतं, ते प्रत्यक्षात उतरलेलं पाहण्यासाठी तो जिवंत नव्हता. माणसानं मात्र या ठिकाणाहून त्या ठिकाणी जाण्यासाठी दळणवळणाची इतकी अत्याधुनिक साधनं शोधून काढली. त्यामुळे त्या काळी जेवढ्या मोठ्या प्रमाणात घोड्यांचा वापर होत असे, तेवढा काही आता होत नाही. जॅम्स वॅट यानं वाफेवर चालणाऱ्या इंजिनाचा शोध लावला. त्यातून पुढे रेल्वेचाही शोध लावला. त्यानंतर कार्ल ई बेन्झ यांनी मोटारगाड्या शोधून काढल्या. त्यांचा शहरात दळणवळणासाठी खूप मोठ्या प्रमाणावर वापर सुरू झाला. अखेर राईट बंधूंनी सगळ्या जगाला हे दाखवून दिलं, की माणूस उडू शकतो. विमानांचा वापर करून! या सर्व महत्त्वपूर्ण शोधांमुळे घोडागाड्या किंवा इतर प्राण्यांनी ओढलेल्या गाड्या ही गोष्ट तर भूतकाळातच जमा झाली आहे.

खरंच, माणसाच्या अंगात ही संशोधकवृत्ती नसती, प्रयोगशीलता नसती,

तर आपलं अस्तित्वच या पृथ्वीतलावरून नाहीसं झालं असतं. जॉर्जनं भाकीत वर्तवल्याप्रमाणे माणसाची जातच नामशेष झाली असती.

~

या कथेमुळे सर्वांनाच खूप आनंद झाला. सर्व जण मीनूला चिडवू लागले. "तू आमच्या घरची जॉर्ज स्मिथ आहेस. कदाचित एक दिवस सगळेच पापड खाणं थांबवतील आणि मग अम्मा इतके जास्त पापड बनवणारसुद्धा नाही. कदाचित आपली पापडांची गरज खूप कमी झालीच, तर आपण ते थेट दुकानातूनसुद्धा मागवू."

मीनू ते ऐकून लाजली. तिनं आपला चेहरा उशीत लपवला. आजी म्हणाली, "ए, कुणी तिची चेष्टा करू नका. दूरदृष्टी असणं फार महत्त्वाचं आहे. जर तुमच्यापाशी दूरदृष्टी नसेल, तर एक दिवस तुम्ही सगळे त्या रामूप्रमाणे संकटात सापडाल."

"हा रामू कोण?" मुलांनी ताबडतोब आजीला विचारलं.

"या रामूची गोष्ट मी तुम्हाला उद्या सांगीन." आजी म्हणाली आणि तिथून निघून गेली. आजीचा एका दिवशी एकच गोष्ट सांगण्याचा नियम होता. मुलांना ते माहीत होतं. त्यामुळे दुसरा दिवस कधी एकदाचा उजाडतो आणि आपल्याला त्या रामूची गोष्ट कधी ऐकायला मिळते, असं मुलांना झालं!

~

# रामूचा खजिना

*विष्णू काकांची नातवंडं त्यांच्याकडे सुट्टीला आली होती. विष्णू काका हे आजोबांचे खास मित्र. गेली कित्येक वर्षं ते दोघं एकमेकांचे शेजारी होते. दुर्दैवानं काही वर्षांपूर्वी विष्णू काकांची पत्नी वासंती काकी यांचं निधन झालं होतं. त्यांच्या घरी स्वयंपाकी होता. पण तरीही विष्णू काकांच्या नातवंडांना – शरण, सुमा आणि दिव्या यांना मात्र आजीच्या घरीच जेवायला आवडायचं. आजीपण आनंदानं त्यांना घरी बोलवायची.*

*आजीच्या घरी सात सात मुलांचं गोकूळ जमा झालेलं असायचं. मग एवढ्या लोकांचा स्वयंपाक करता करता सगळ्या मुलांना शांत बसवण्याचा एकमेव मार्ग आपल्यापुढे आहे, तो म्हणजे त्यांना गोष्ट सांगणं, हे एव्हाना आजीनं जाणलं होतं. मग आजीनं काकड्या सोलायला घेतल्या आणि एकीकडे गोष्ट सांगायला सुरुवात केली.*

~

मुलांनो, तुम्हाला एक माहिती आहे का? कधी कधी स्वर्गातल्या देवांमध्येसुद्धा आपापसात भांडणं होतात, बरं का. एकदा धनाची देवता लक्ष्मी हिला बाकी

सगळ्या देवदेवतांनी एकटं पाडलं. त्यांचं तिच्याशी चांगलंच वाजलं. सर्वांनी तिच्यावर एकच आरोप केला, की ही लक्ष्मी एका जागी फार काळ टिकून राहत नाही! सगळ्या देवदेवता तिला म्हणाल्या, ''जरी तू एखाद्या घरात आपलं बस्तान मांडलंस, तरी तू काही तिथे फार काळ राहू शकत नाहीस. परत आपली तिथून निघून दुसरीकडे कुठेतरी चालू लागतेस.''

लक्ष्मीदेवी नाक मुरडून म्हणाली, ''हे काही मुळीच खरं नाही हं. एखाद्या घरात जोपर्यंत माझं प्रेमानं स्वागत होत असतं, तोपर्यंत मी तिथे राहते. लोकांनी जर बेतानं खर्च केला, न्याय्य पद्धतीनं, अक्कलहुशारीनं आणि नियोजनपूर्वक खर्च केला, उधळमाधळ केली नाही, तर मी त्यांच्या घरी जास्त काळ टिकून राहते; पण दुर्दैवाची गोष्ट अशी की मी जर एखाद्या ठिकाणी दीर्घकाळ वास्तव्य करून राहिले, तर लोक विचित्र वागू लागतात. मग मला तिथून काढता पाय घेण्यावाचून काही पर्यायच उरत नाही.''

तिचं बोलणं बाकीच्या देवदेवतांना मुळीच पटलं नाही. कुणीच तिच्या बोलण्यावर विश्वास ठेवायला तयार नव्हतं. बिचाऱ्या लक्ष्मीपुढे आता आपलं बोलणं त्यांना सोदाहरण पटवून देण्याशिवाय गत्यंतरच नव्हतं. त्यांना पुरावा हवा होता. मग आपलं म्हणणं पटवून देण्यासाठी तिनं काय केलं, माहीत आहे? एक गोष्ट लक्षात घ्या. माणसांच्या काळानुसार कित्येक वर्षं म्हणजे देवांच्या दृष्टीनं फक्त एखादा क्षण. त्यामुळे या पृथ्वीवर जे काही घडण्यासाठी कित्येक वर्षांचा काळ जावा लागला ते सगळं त्या देवदेवता क्षणार्धात स्वतःच्या नजरेनं पाहू शकल्या.

~

रामू आणि राणी हे एक शेतकरी जोडपं. ते आपल्या शेतात अतिशय काबाडकष्ट करत असत. आपल्या मुलांचं पोट भरण्यासाठी आणि आपल्या कुटुंबाचा उदरनिर्वाह करण्यासाठी पुरेसे पैसे ते त्यातून मिळवत. पण ते श्रीमंत नव्हते. त्यामुळे कधीतरी त्यांना जुन्यापुराण्या कपड्यांवरती काम चालवावं लागे तर जेवायला फारसं सुग्रास अन्नसुद्धा नसे.

एक दिवस राणी आपल्या घराभोवती असलेल्या बागेच्या एका कोपऱ्यात एक खड्डा खणत होती. तिला तिथे एक झाड लावायचं होतं. ती जसजशी खोलवर खणू लागली तसा एकदम अचानक टणकन मोठा आवाज झाला. तिच्या कुदळीचा कोणत्यातरी धातूच्या वस्तूवर आघात होऊन तो आवाज झाला होता. मग खूप उत्साहाच्या भरात तिनं अधिक जोरात खोलवर खणण्यास सुरुवात केली. अखेर एक भलीमोठी धातूची पेटी तिला दिसली.

ती तिनं कष्टानं
बाहेर काढली. तिनं
ती पेटी प्रयत्नपूर्वक
उघडली आणि
तिचा तिच्या
डोळ्यांवर विश्वासच
बसेना. त्या पेटीत
सोन्याचांदीचे दागिने
खच्चून भरले होते.
काही क्षण राणी
नुसती अवाक

होऊन त्यांच्याकडे बघतच राहिली. मग मात्र ती आनंदानं ती पेटी उचलून
मोठ्यांदा ओरडत घराकडे धावली.

''रामू, रामू, बघ आपल्या बागेत खणत असताना मला काय सापडलं.''

रामू महिन्याभराचे हिशेब लिहीत बसला होता. जरा वेळ त्यानं तिच्याकडे
काहीच लक्ष दिलं नाही; पण मग ती त्याच्या जवळ आली आणि तिनं त्याच्या
भोवती आनंदानं नाचत नाचत एक फेरी मारली. मग मात्र त्यानं वर पाहिलं.
तिच्या हातातली ती दागिन्यांनी भरलेली पेटी पाहून त्याचा जो आ वासला तो
बराच वेळ बंद होईना.

काही दिवसांतच रामू आणि राणीची गावातल्या धनाढ्य लोकांमध्ये गणना
होऊ लागली. त्या दोघांनीही आता शेतात कष्ट करायला जाणं बंद करून
टाकलं होतं. आता त्याची गरजच काय होती? घरी इतकी मुबलक संपत्ती
असताना उन्हातान्हात परिश्रम करण्याची काहीच आवश्यकता नव्हती. मग
आपली लहानशी झोपडी सोडून ते गावातल्या एका भल्यामोठ्या घरात
राहायला गेले. त्यांच्या घरी आता भरपूर नोकरचाकर होते. अगदी लहानसहान
कामंसुद्धा नोकरच करत. या दोघांना हात पाय हलवण्याची वेळसुद्धा येत नसे.
सुग्रास जेवण बनवण्यासाठी स्वयंपाकी होता. ते अन्न या दोघांना वाढण्यासाठी
वेगळा नोकर होता. एक नोकर रामूचे जोडे स्वच्छ करण्याचं काम करे तर
दुसरा नोकर रामूला वारा घालत त्याच्या शेजारी उभा असे. रामू मात्र पलंगावर
बसून नवनवीन मित्रांशी गप्पागोष्टी करे.

गावातलं आयुष्य आता रामूला फारच निरस आणि कंटाळवाणं वाटू
लागलं होतं. मग दोघंही मोठ्या शहरात राहायला गेले. तिथे त्यांनी आणखी
एक मोठं, नवीन घर विकत घेतलं. तिथे आणखी जास्त नोकरचाकर ठेवले.

रोजच मेजवान्या झडू लागल्या. असं करता करता पूर्वायुष्यात केलेल्या सगळ्या चांगल्या चांगल्या गोष्टींचा त्यांना विसर पडला. कष्टाळूपणा, इतर माणसांच्या मदतीला धावून जाणं, लोकांशी चांगलं वागणं या साऱ्याचाच त्यांना विसर पडला. त्यांना वाटू लागलं, पैशानं आपण सर्व काही विकत घेऊ शकतो. मानसन्मान, प्रतिष्ठा, इतकंच नव्हे तर लोकांच्या मनात असलेला आदरभावसुद्धा. मग ते सर्वांशी तुसडेपणानं वागू लागले. सर्वांचा अपमान करू लागले. ते जास्तीत जास्त पैसा, कपडालत्ता, दागदागिने आणि चैनीच्या वस्तू यांवर, मेजवान्यांवर उधळू लागले. त्यांनी आता काम करणं पूर्णपणे थांबवलेलं असल्यामुळे त्यांच्याजवळचा पैसाही हळूहळू संपुष्टात येऊ लागला होता. मग त्यांनी इतर लोकांकडून उधार उसनवार करायला सुरुवात केली; पण लोकांकडून उसने घेतलेले पैसे ते कधीच परत करत नसत.

एक दिवस रामूनं आपली हिशेबाची वही उघडली. त्याला फार दुःख झालं. कारण आता त्यात जे आकडे होते ते फक्त त्याच्या डोक्यावर असलेल्या कर्जाचे होते. त्याच्या स्वतःसाठी जवळपास काहीच शिल्लक नव्हतं. मग जड अंतःकरणानं त्यानं आपल्या पत्नीला जवळ बोलावून घेतलं. "राणी, अगं आपले चांगले दिवस संपत आले आहेत. लक्ष्मी देवतेला ज्या प्रकारचे लोक आवडतात, तसं वागायचं आपण दोघं विसरूनच गेलो. त्यामुळे ती आपल्याला सोडून निघून गेली आहे. आपल्याकडे आता काहीच शिल्लक उरलेलं नाही."

राणी जरा वेळ काही न बोलता नुसती शांत उभी राहिली. मग म्हणाली, "रामू, काळजी करू नकोस. आपल्याला चांगला धडा मिळाला आहे. मला अजूनही ते जुने दिवस आठवतात. मी दिवसभर काबाडकष्ट करून थकूनभागून घरी यायची, तेव्हा किती गाढ झोप लागायची मला. अंथरुणावर अंग टाकताक्षणीच मी झोपून जात असे; पण आता रात्र रात्र मी जागीच असते. उद्या कोणती साडी नेसायची, कायकाय खरेदी करायची याचा

विचार करत पडून असते. मी आता इतकी जाड झाले आहे, की मला काम करायला जमतच नाही. मी पूर्वी ती दागिन्यांनी भरलेली पेटी शोधून काढली, तेव्हा जशी सडपातळ आणि कष्टाळू होते, तशी मी आता राहिले नाही.''

रामूनं हसून आपल्या पत्नीला जवळ घेतलं. ''हे बघ, आपण आपल्या गावी परत जाऊ, पुन्हा पूर्वीसारखे कष्ट करू, नव्यानं जगायला सुरुवात करू. पूर्वी जसे परिश्रम करायचो, तसे परत करू. आपल्या सभोवती असलेल्या सर्वांना मदत करू. कदाचित ते पाहून आपल्याकडे पाठ फिरवून निघून गेलेली लक्ष्मी आपल्याकडे परत येईल आणि समजा ती नाहीच आली, तरीही जे काही आपल्यापाशी असेल त्यावर आपण सुखासमाधानानं गुजराण करू.''

मग रामू आणि त्याचे कुटुंबीय आपल्या गावी, आपल्या जुन्या घरी परत राहायला गेले. आणि तुम्हाला माहीत आहे का? ते तिथे सुखासमाधानानं राहू लागले!

~

रामू आणि राणी यांच्या जीवनात ज्या काही घटना घडत होत्या त्या सर्व देवदेवता स्वर्गातून नीट निरखून बघत होत्या. लक्ष्मी त्यांच्या घरी कशी आली आणि नंतर तिनं तिथून काढता पाय का आणि कसा घेतला, हेही त्यांनी पाहिलं. मग त्यांना तिचं म्हणणं पटलं. ती ज्या घरात वास्तव्य करून राहत असेल, तिथले लोक जर बिघडले, वाईट वागू लागले तर त्यांना धडा शिकवण्यासाठी, वठणीवर आणण्यासाठी त्यांना सोडून जाण्याव्यतिरिक्त तिच्याकडे तरी दुसरा काय पर्याय होता?

~

# गाढव आणि लाठी

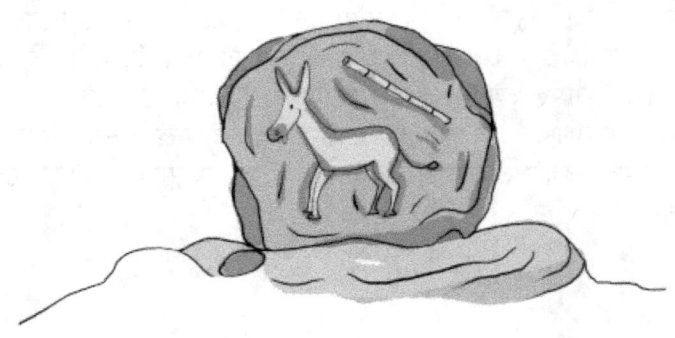

आजी आपली मुलगी सुमती आणि सून सुभद्रा या दोघींबरोबर बाहेर गेली होती. सुमती बंगळुरूला राहायची तर सुभद्रा मुंबईत. दोघी नोकरी करायच्या. त्यांची रजा आता संपत आली होती, त्यामुळे उद्या दोघी आपापल्या गावी परतणार होत्या. मुलं मात्र आणखी काही दिवस शिग्गावलाच राहणार होती, आपल्या आजी-आजोबांजवळ! राहिलेल्या सुट्टीच्या दिवसांची सगळेच आतुरतेनं वाट बघत होते. आता आपल्याला रागावायला आईवडील नसतील, या कल्पनेनं मुलं खूश होती. शिवाय आजी रोज आवडीचे पदार्थ करून खाऊ घालणार, लाड करणार आणि आजोबा बाहेर फिरायला नेणार, धम्माल करता येणार याची मुलांना कल्पना होतीच. आजी-आजोबांनासुद्धा नातवंडं काही दिवसांसाठी का होईना पूर्णपणे स्वत:च्या ताब्यात मिळणार होती. नाहीतर पूर्ण वर्षभर आजी-आजोबा दोघंच घरात असायचे.

सुमती आणि सुभद्रा या दोघींबरोबर आजी बाहेर निघाली होती तेव्हा घरातलं काम, मुलांकडे बघणं आणि ऑफिस हे सगळं व्यवस्थित संभाळताना केवढी तारांबळ उडते, हे त्या दोघी आजीला सांगत होत्या. आजी शांतपणे

*सगळं ऐकत होती. मग सुमती म्हणाली, "पण अम्मा, हीच आमची मुलं तुझ्याकडे आली, की किती शहाण्यासारखी वागतात गं. तू त्यांना कशी काय इतकी नीट संभाळतेस?" सुभद्रा म्हणाली, "हो, ना. मी तर बालसंगोपनावरची इतकी पुस्तकं वाचली आहेत. पण खरं सांगू? त्यात लिहिलेलं काही खरं नसतं. आपण त्यात लिहिल्याप्रमाणे मुलांशी वागायला गेलं ना, तरी त्याचा काही केल्या उपयोग होत नाही."*

*आता आजी म्हणाली, "अगं, पुस्तकात जे काही लिहिलेलं असतं, ते तंतोतंत अमलात आणण्याचा कधीही प्रयत्न करत जाऊ नका. आयुष्यात तुम्हाला जे काही अनुभव आले असतील, त्यातून शिका. पुस्तकाच्या शब्दांमधून जे काही व्यक्त होत असतं, त्यापलीकडे जाऊन समजून घ्या." असं बोलून ती हसली आणि पुढे म्हणाली, "नाही तर मग त्या 'गाढव आणि लाठी' गोष्टीतल्या माणसांचं जे झालं ना, तसंच तुमचं होईल."*

*आपण आत्ता देवळात आलो आहोत हे सुमती आणि सुभद्रा क्षणभर विसरल्या आणि एकदम गलका करून म्हणाल्या, "कुठली गोष्ट? आम्हाला सांग ना." आजी मान हलवत म्हणाली, "आता मात्र तुम्ही लहान मुलींसारख्या वागताय हं! पण असू दे. शेवटी तुम्ही माझ्या मुलीच आहात ना. असं करा, आज रात्री जेव्हा मी मुलांना ती गोष्ट सांगेन, तेव्हा तुम्ही दोघीपण या ती ऐकायला!"*

*रात्री मुलांच्याही आधी गोष्ट ऐकण्यासाठी त्या दोघी आया हजर झाल्या. आपल्या आयांना तिथे पाहून मुलांना खूप आश्चर्य वाटलं. आजीनं गोष्ट सांगायला सुरुवात केली.*

~

अरुण मार्ग नावाचा एक खूप गजबजलेला रस्ता होता. हा रस्ता अनेक खेड्यांना परस्परांशी जोडणारा होता. अनेक मुलं, जनावरं, बैलगाड्या, घोडागाड्या, हातगाड्या यांची दररोज त्या रस्त्यावरून खूप वर्दळ असायची. त्या रस्त्यावरून चालत असताना काही विद्यार्थ्यांच्या एका घोळक्याला रस्त्याच्या कडेला असलेला एक भला मोठा खडक दिसला. गेली अनेक वर्षं खरंतर तो तिथेच होता; पण कुणीच त्याकडे कधी लक्ष दिलेलं नव्हतं. "हे पाहा... या दगडावर काहीतरी कोरलेलं आहे. त्याचा अर्थ काय असेल?"

मग त्या मुलांनी आपल्या गुरुजींना बोलावून घेतलं. गुरुजींनी त्या दगडाकडे लक्षपूर्वक निरखून बघितलं. त्यावर खरंतर लहान लहान चित्रं कोरण्यात आली होती. त्यात एका लाठीचं आणि एका गाढवाचं चित्र होतं.

एव्हाना त्या जागी बराच मोठा घोळका जमा झालेला होता. सगळेच बुचकळ्यात पडले होते. त्या चमत्कारिक चित्रांचा नक्की काय अर्थ असेल, हे कोणालाच कळत नव्हतं. सगळे जण डोकं खाजवत उभे होते. जवळच एका साधूंचा आश्रम होता. तिथे जाऊन त्या साधूमहाराजांना याचा अर्थ विचारायचा, असं त्यांनी ठरवलं; पण आश्रमात पोहोचल्यावर त्यांना असं कळलं, की ते साधूमहाराज एका खूप दूरवरच्या यात्रेला निघून गेले होते. फक्त त्यांचा तरुण शिष्य तेवढा आश्रमात होता. तो आश्रमातल्या गाईगुरांची देखभाल करत होता.

"त्या चित्रांमध्ये जे रहस्य दडलेलं आहे त्यावर तू काही प्रकाश टाकू शकशील का?" असं त्या लोकांनी त्या शिष्याला विचारलं. हा तरुण शिष्य काही फारसा बुद्धिमान नव्हता; पण मूर्ख माणसांना आपल्या शहाणपणाचा तोरा जगासमोर मिरवायची सवयच असते. त्या शिष्याचंही नेमकं असंच होतं. त्यानं ती चित्रं बराच वेळ नीट निरखून पाहिली. मग म्हणाला, "हे तर अगदीच सोपं आहे. हे चित्र जादूच्या छडीचं आहे. ती छडी हातात घेऊन उभा असलेला माणूस हा या जागी होऊन गेलेला वीर पुरुष आहे. अनेक शतकांपूर्वी या गावाचं रक्षण करता करता तो धारातीर्थी पडला. या रस्त्यावरून जाणाऱ्या प्रत्येक व्यक्तीनं या खडाकाची पूजा केली पाहिजे, दक्षिणा ठेवली पाहिजे. जो असं करणार नाही तो गाढव बनेल."

हे विचित्र स्पष्टीकरण ऐकल्यावर गावकरी थक्क झाले. पण ते सगळे धर्मभोळे होते, त्यामुळे त्या दिवसापासून ते त्या खडकाची मनोभावे पूजाअर्चा करू लागले. काही दिवसांतच त्या जागेला धार्मिक स्थळाचं स्वरूप आलं.

त्यांनी तेथे एक छोटंसं मंदिर बांधलं आणि मंदिराचा मुख्य पुरोहित म्हणून त्या मूर्ख शिष्याची नेमणूक करून टाकली. तो आल्यागेल्यांकडून भरमसाठ दक्षिणा गोळा करू लागला. आपल्याला सुचलेल्या या कल्पनेचा इतका मोठा वैयक्तिक फायदा झाल्यामुळे तो स्वत:वरच खूश झाला. ती चित्रं त्याला निरर्थकच वाटत. त्यांच्यामधून त्या चित्रकाराला नक्की काय सुचवायचं होतं याची त्याला सुतराम कल्पना नव्हती. पण निदान आता त्या आश्रमातील गाईगुरांची देखभाल करणं, तिथल्या गोठ्याची साफसफाई करणं, असली कंटाळवाणी कामं तरी त्याला करावी लागत नव्हती. दिवसभर मजेत त्या खडाकापाशी बसायचं, येणाऱ्या जाणाऱ्या प्रवाशांकडून भरघोस दक्षिणा पदरात पाडून घ्यायची आणि उगीच तोंडानं काहीतरी मंत्र पुटपुटत असल्याची बतावणी करायची... असं त्याचं आयुष्य मोठ्या सुखात चाललं होतं.

पण त्याचं हे सुख केवळ काही महिनेच टिकलं – ते विद्वान साधूमहाराज आश्रमात परत येईपर्यंतच. आश्रमात पाऊल टाकल्यावर आपला शिष्य कुठेच दिसत नाही, हे पाहून साधूमहाराज संतप्त झाले. त्यांच्या आश्रमाची, आवडत्या पशुपक्ष्यांची झालेली अनास्था पाहून त्यांच्या क्रोधाचा पारा चढला. त्यांनी आश्रमाबाहेर येऊन पाहिलं तर दूरवर एका महाकाय खडकासमोर लोकांचा भला मोठा घोळका जमलेला त्यांना दिसला. मग ते जवळ गेले तर त्यांना त्या घोळक्यासमोर उभा असलेला त्यांचा शिष्य दिसला. तो अगदी मजेत होता. खाऊन पिऊन चांगला जाडजूड झालेला होता. लोकांकडून दक्षिणा गोळा करण्यात मग्न होता, साधूमहाराज जरा वेळ तो सगळा प्रकार पाहत तिथे उभे राहिले. मग त्या खडकाजवळ जाऊन त्यांनी त्यावर कोरलेली चित्रं नीट निरखून पाहिली. त्यानंतर एका क्षणाचाही विलंब न लावता त्यांनी जवळ पडलेली लोखंडी कांब उचलून ती त्या महाकाय दगडाखाली खुपसली आणि तो रेटा देऊन हलवण्यास सुरुवात केली. आधी जमलेले सर्व लोक आश्चर्यचकित होऊन त्यांच्याकडे पाहत होते. मग त्यांच्यातील काही पुढे होऊन साधूमहाराजांना मदत करू लागले. अखेर सर्वांच्या मदतीनं तो दगड जागचा हलला. बघतात तो काय? त्याच्या खाली सुवर्णमुद्रांनी भरलेला एक हंडा होता.

ते साधू महाराज जमलेल्या लोकांना म्हणाले, "या चित्राचा खरा अर्थ असा आहे, की तुम्ही हा दगड एका लोखंडाच्या कांबेनं हलवलात तर तुम्हाला त्याखाली दडलेला सोन्याचा हंडा मिळेल; पण तुम्ही काही न करता हातावर हात ठेवून स्वस्थ राहिलात, तर मग तुमच्यासारखे गाढव तुम्हीच! तुम्ही रूढी, परंपरा आणि इतरांनी केलेल्या उपदेशाचं आंधळेपणानं पालन करत जाऊ नका.

जरा स्वतःचं डोकं वापरून विचार करा. तुम्ही जे काही करताय, ते तुम्ही नक्की का, कशासाठी करत आहात, याचा जरा नीट विचार करा. हे जर तुम्ही याआधीच केलं असतंत, तर हा खजिना कितीतरी महिन्यांपूर्वीच तुम्हाला प्राप्त झाला असता; पण तसं करण्याऐवजी तुम्ही तुमचा वेळ आणि पैसा या दोन्हीचा अपव्यय केलात. एका दगडाची पूजा करत बसलात आणि या माझ्या लोभी शिष्याला दक्षिणा देत राहिलात. त्याची तुंबडी भरत राहिलात. तो बघा तुम्ही दिलेला मलिदा खाऊन कसा गलेलठ्ठ झाला आहे आणि तुम्हाला मामा बनवतोय. हे सगळं धन आपणा सर्वांच्या मालकीचं आहे. ते वापरून आपण हा रस्ता चांगला करू म्हणजे सर्वांना रस्त्याचा वापर करता येईल आणि तुम्ही सर्व जण आपापल्या कामाच्या ठिकाणी व्यवस्थित पोहोचू शकाल.''

त्यांचे शब्द ऐकून गावकरी माना खाली घालून उभे राहिले. स्वतःचा मूर्खपणा त्यांना आता कळून चुकला होता. त्या शिष्याचं म्हणाल तर त्यानं केलेल्या पापाचं प्रायश्चित्त त्याला करावंच लागणार होतं. इतके दिवस ज्या गाईगुरांकडे त्यानं दुर्लक्ष केलं होतं, त्यांची देखभाल करणं, गोठ्याची आणि आश्रमाची निगा राखणं हे काम त्याला पुढचे कित्येक महिने करणं भाग पडलं.

~

# त्यात माझा काय फायदा?

**आ**जोबा आनंदला म्हणाले, "आनंद, जरा धोब्याकडे जाऊन माझे कपडे घेऊन येशील?"

आनंद एक पुस्तक वाचत बसला होता. तो वर मान करून न बघताच म्हणाला, "मग मी तसं केलं, तर तुम्ही मला काय द्याल?"

त्यावर आजोबा हसून म्हणाले, *"मी तुला त्याबद्दल काहीही देणार नाही. मी तुला कशाला काही द्यायला हवं? तू या कुटुंबाचा एक हिस्सा आहेस ना?"*

"हो. पण आमच्या घरी हे असं नसतं हं." आनंद म्हणाला, *"बाबांनी मला कधीही काही काम सांगितलं, की मी त्याबद्दल त्यांच्याकडे बक्षीस मागतो आणि तेसुद्धा मला लगेच बक्षीस देतात."*

हे एकून आजोबांना आश्चर्याचा धक्का बसला. ते म्हणाले, *"असं? मग आता मला तुझ्या बाबांशी बोललंच पाहिजे. आपल्याला एखाद्या माणसाला मदत करण्याची संधी मिळणं हेच केवढं मोठं बक्षीस आहे. हे काही तुझ्या बाबांचं बरोबर नाही.*

*"पण बाबा एका बँकेत किती मोठे अधिकारी आहेत. ते कसे चूक करतील?" कृष्णा आश्चर्यानं म्हणाली.*

*"हे बघ बाळा, ते बँकेत कितीही मोठे अधिकारी असले ना, तरी घरी मात्र ते तुझे वडील आहेत... आणि हो... माझा मुलगाही. त्यामुळे मी नक्कीच या विषयावर त्यांच्याशी बोलणार आहे. कारण तू हा असाच वागत राहिलास ना, तर लवकरच तू त्या 'मूशिका'सारखा होशील."*

*"मूशिका? म्हणजे काय हो?" शरणनं विचारलं.*

*आजोबांनी इकडेतिकडे पाहिलं; पण आजीचा काही पत्ता नव्हता. शेवटच्या क्षणी ताजा मसाला वाटून तो मुलींसोबत बांधून देण्यासाठी तिची धावपळ चालू असणार. आजोबा खूश झाले. ते मुलांना म्हणाले, "ठीक आहे, आज मीच तुम्हाला एक गोष्ट सांगतो, बरं का. मूशिकाची गोष्ट. जर केलेल्या प्रत्येक छोट्या छोट्या कामाबद्दल आपण मोबदला मिळण्याची अपेक्षा करत राहिलो, तर त्यामुळे काय घडतं, ते ही गोष्ट ऐकल्यावर तुम्हाला कळेलच."*

~

मूशिका नावाचा एक उंदीर होता. तो मजेत, उड्या मारत रस्त्यावरून चालला होता. स्वत:च्या मस्तीत, शीळ घालत. ते उन्हाळ्याचे दिवस होते. पण आज दुपारीच भली मोठी वावटळ आली, सोसाट्याचा वारा सुटला. त्यामुळे वातावरणातला उष्मा बराच कमी झाला. वाऱ्यामुळे आंब्याच्या झाडाचा एक रसरशीत ताजा आंबा खाली पडला. तो खाऊन मूशिका अगदी तृप्त झाला. रस्त्यावरून जात असताना त्याला अशीच वाऱ्यानं रस्त्यावर पडलेली एक झाडाची लहानशी फांदी दिसली. जर कुठेही, काहीही पडलेलं दिसलं, तरी ते ओढत घरी न्यायचं आणि कधीतरी उपयोग होईल म्हणून ते संभाळून ठेवायचं अशी सगळ्याच उंदरांची सवय असते. मूशिकानंही ती फांदी तोंडात धरून ओढत न्यायला सुरुवात केली.

जरा पुढे गेल्यावर त्याला एक कुंभार भेटला. तो डोक्याला हात लावून, चिंताग्रस्त मुद्रेनं बसलेला होता. का? तर त्याची भट्टी पावसाच्या पाण्यात पूर्ण भिजून गेली होती आणि त्याच्याकडे भट्टी पेटवायला पुरेसं जळणसुद्धा नव्हतं.

मग आता आपली मडकी भाजायची कशी आणि बाजारात विकायला न्यायची कशी या विवंचनेत तो होता.

तो कुंभार आपल्या घरासमोर मोठमोठ्यांदा रडत, आपल्या नशिबाला दोष देत बसलेला असतानाच नेमका मूशिका तिथून जात होता. तो कुंभारापाशी थांबून म्हणाला, ''भाऊ, काय झालं?'' त्यानं आपल्या तोंडात ती झाडाची वाळकी फांदी पकडलेलीच होती.

या अशा विचित्र दिसणाऱ्या, माणसाप्रमाणे बोलणाऱ्या उंदराकडे आधी जरा वेळ त्या कुंभारानं दुर्लक्ष केलं. पण मूशिकानं मात्र त्याचा बराच पाठपुरावा केला. अखेर त्या कुंभारानं त्याच्यापाशी मन मोकळं केलं आणि आपल्या रडण्याचं कारणही त्याला सांगितलं. त्यावर मूशिका मान हलवत, हातातली वाळकी फांदी बाजूला ठेवत म्हणाला, ''हे पहा, ही फांदी वाऱ्यानं वाळून कोरडी झाली आहे. ही वापरून तुला तुझी भट्टी पेटवता येईल. भाऊ, मी तुला ही द्यायला तयार आहे, पण त्या बदल्यात तू काय देणार मला?''

त्याचं बोलणं ऐकून कुंभार जरा विचारात पडला; पण शेवटी 'हा लहानसा उंदीर मागून मागून असं काय मागणार आहे?' असा मनात विचार करून म्हणाला, ''तुला जे काय हवं असेल ते माग.''

मूशिका ताबडतोब म्हणाला, ''तिकडे कोपऱ्यात तो भला मोठा भोपळा ठेवलेला दिसतोय. तोच मला हवाय.''

ते ऐकून कुंभाराला आश्चर्य वाटलं. हा इतका लहानसा उंदीर इतका मोठा भोपळा कसा काय उचलू शकणार? शिवाय आज रात्रीच त्याची बायको त्या भोपळ्याची चविष्ट भाजी बनवणार होती. ती खायची त्याची मनापासून इच्छा होती. मग तो म्हणाला, ''उंदीरमामा, दुसरं काहीतरी माग ना.'' पण उंदीर काही ऐकायला तयार नव्हता. त्याला तो भोपळाच हवा होता. ''भोपळा द्यायचा नसेल, तर फांदीही मिळणार नाही.'' तो म्हणाला.

नाइलाजानं अखेर त्या कुंभारानं तो भोपळा त्याला दिला. उंदराला खूप आनंद झाला. एवढा मोठा माणूस पण आपण त्याला आपल्यासमोर झुकवलं याचाच खरंतर तो आनंद होता. मग त्यानं तो भोपळा त्या कुंभाराच्या घरापाशीच ठेवला आणि लवकरच तो न्यायला येणार असल्याचं सांगून ती

फांदी त्याच्या हवाली करून तो पुढे निघाला.

जरा पुढे गेल्यावर त्याला एक दूधवाला भेटला. तो आपल्या गाईंपाशी दुःखानं मान हलवत बसून होता. ''गवळीबुवा, अहो भाऊ... काय झालं?'' एक नाजूक आवाज म्हणाला. दूधवाल्यानं दचकून त्या आवाजाच्या रोखानं पाहिलं. लुकलुकत्या डोळ्यांचा एक उंदीर त्याच्याकडे बघत उभा होता.

दुःखानं मान हलवत दूधवाला म्हणाला, ''या वादळामुळे माझ्या सगळ्या गाई बिथरल्या आहेत. त्यांचा पान्हा आटला आहे. त्या दूधच देत नाहीयेत. आज बाजारात जाऊन विकायला माझ्याकडे दूधच नाही. मग मी घरी जाऊन माझ्या कच्च्याबच्च्यांना काय खाऊ घालू?''

''चविष्ट, स्वादिष्ट भोपळ्याची भाजी करून घाला की!'' उंदीर म्हणाला.

''मित्रा, तू माझी चेष्टा करतो आहेस का? माझ्या कुटुंबात दहा माणसं आहेत. सगळ्यांना पुरेल इतका मोठा भोपळा मी कुठून आणू?''

त्यावर उंदीर पाठीमागे वळून रस्त्याकडे बोट दाखवत म्हणाला, ''मी ज्या रस्त्यानं आलो ना, त्या रस्त्यानं सरळ गेलात की तुम्हाला कुंभाराचं घर लागेल. घराबाहेरच मी एक मोठा भोपळा ठेवलाय. तो तुम्ही घ्या. पण भाऊ, त्याबद्दल तुम्ही मला काय देणार?''

दूधवाला खांदे उडवून म्हणाला, ''तुला जे काय हवं ते देईन.'' कुंभाराप्रमाणे त्यालासुद्धा असंच वाटलं होतं, की हा लहानसा उंदीर मागून मागून काय मागणार?

मूशिका म्हणाला, ''मग मला एक गाय द्या.''

''काय वेड लागलंय का रे तुला? भोपळ्याच्या बदल्यात गाय? कुणी आजपर्यंत असं ऐकलंसुद्धा नसेल,'' दूधवाला म्हणाला.

"ठीक आहे, मित्रा. गाय नसली द्यायची तर नको देऊस; पण मग भोपळासुद्धा नाही मिळणार." मूशिका म्हणाला. मग नाइलाजानं दूधवाल्यानं कुंभाराच्या घराकडे जाऊन तो भोपळा उचलून आणला आणि त्या बदल्यात एक गाय मूशिकाला दिली.

'वा! इतकी मोठी थोरली गाय आपल्या मालकीची! केवढी मोठी तिची शिंगं! शिवाय आपण जे काही सांगू, ते ती ऐकणार!' असा विचार करून मूशिका मनोमन खूश झाला. त्याचा आपल्या नशिबावर विश्वासच बसेना. त्या गाईवर बसूनच तो पुढे निघाला. परत एकदा शीळ वाजवत, आपल्याच मस्तीत. वाटेत त्याला एक मंगल कार्यालय लागलं. कुणाचं तरी लग्न होतं. वऱ्हाडी मंडळी जमली होती; पण सर्वांचे चेहरे दुःखी दिसत होते. चिंताग्रस्त दिसत होते. 'खरंतर लग्नाचं जेवण बनवण्याची धामधूम चालू असली पाहिजे. ते सोडून ही मंडळी इथे का उभी आहेत... त्यांचे चेहरे असे चिंतीत का आहेत?' मूशिकाच्या मनात आलं.

आपल्या गाईवर ऐटीत बसलेला मूशिका ओरडून नवरदेवाला म्हणाला, "भाऊ, काय झालं?"

त्यावर नवरदेव खिन्नपणे म्हणाला, "लग्नाच्या जेवणात खीर बनवायची आहे. पण कुठे दूधच मिळत नाहीये. मिष्टान्नाशिवाय लग्नाचं जेवण कसं होणार?"

मूशिका खूश होऊन हसला. "हे पहा, काळजी करू नका. माझी ही गाय घ्या. ती आता आनंदात आहे, तेव्हा ती तुम्हाला भरपूर दूध देईल. पण भाऊ, त्या बदल्यात तुम्ही मला काय देणार?"

नवरदेव आनंदानं म्हणाला, "तुला काय पाहिजे ते माग. तुला काय पाहिजे ते जेव. मिठाई, पुलाव, फळं... तुला काय खावंसं वाटेल ते खा." तो उंदीर गप्प बसला. त्यानं आपली गाय तिथल्या लोकांच्या हवाली केली. त्या लोकांनी तिचं दूध काढायला सुरुवात केली. तिनंपण भरपूर दूध दिलं. फार सुंदर मेजवानी झाली. अखेर सर्व समारंभ संपले. आणि अचानक नवरदेवासमोर उभं राहून उंदीर म्हणाला, "आता तुझी बायको माझ्या हवाली कर!"

एका य:कश्चित उंदराच्या या अशा आगावू बोलण्यानं सर्व वऱ्हाडी मंडळी चकित झाली. तो नवरदेव तर रागानं उंदराच्या अंगावर धावूनच गेला. तो त्याला जोराचा फटका मारणार एवढ्यात नववधू त्याला म्हणाली, ''थांबा. त्याला मारू नका. त्याला काय हवं ते देण्याचं वचन तुम्हीच त्याला दिलं होतं ना? विसरलात? आता तुम्ही काहीच बोलू नका. मला त्याच्याबरोबर जायची परवानगी द्या. मी त्याला असा मस्त धडा शिकवते, की परत कोणत्याही माणसाकडे त्याची बायको मागण्याची हिंमत करणार नाही हा.''

मग नवरदेवाला ते पटलं. मूशिका त्या नववधूला घेऊन निघाला.

मूशिका आता उड्या मारत चालत होता. कधी एकदा आपली ही सुंदर बायको सर्वांना दाखवतो, असं झालं होतं त्याला. पण हे काय? ती इतक्या हळूहळू का बरं चालत होती?

''प्रिये, झपाझप पावलं टाक. लवकर घरी चल. आता पाऊस येण्याची चिन्हं दिसत आहेत.'' मूशिका म्हणाला.

त्यावर ती म्हणाली, ''हे पाहा, मी माणूस आहे. मी काही तुझ्याइतकं जोरात पळू शकत नाही.''

मग मूशिकानं आपला वेग कमी केला आणि तो तिच्याबरोबर चालू लागला. काही वेळानंतर ते त्याच्या घरापाशी पोहोचले. त्याचं घर म्हणजे एका झाडाखाली एक छोटंसं बीळ होतं. त्याला आता कडकडून भूक लागली होती.

''माझ्यासाठी छानपैकी भरपूर स्वयंपाक कर.'' मूशिका खेकसला.

त्याच्या पत्नीनं मान हलवली. ती म्हणाली, ''हो, बनवते ना; पण स्वयंपाकघर तर दाखव. भांडी कुठे आहेत? तेल, तूप, मसाले कुठे आहेत? मी माणूस आहे. मी नुसत्या धान्यापासून स्वयंपाक कसा बनवू? मला बाकीची साधनसामग्री लागेल ना.''

आता उंदराची चांगलीच पंचाईत झाली. या माणसाच्या बायकोला घरी आणून काहीच उपयोग नव्हता. ती कसल्याच कामाची नव्हती. ''बरं, स्वयंपाकाचं राहू दे.'' तो म्हणाला, ''आधी घरात तर ये.''

''पण मी कशी या एवढ्याशा घरात येऊ?'' बायको रडत म्हणाली, ''माझ्या पायाचा अंगठा तरी शिरेल का या तुझ्या घरात? किती लहानसं आहे तुझं हे घर. मी आज रात्री झोपू कुठे?''

''अं... कुठे झोपशील बरं? या झाडाखाली झोपशील का?'' मूशिका जवळच्या एका झाडाकडे बोट दाखवत म्हणाला.

''अजिबात नाही हं,'' बायको नाक मुरडून म्हणाली. ''आता जरा वेळात पाऊस येईल. मी ओलीचिंब होईन. मला सर्दी होईल, ताप येईल. मग मला

वैद्याकडे घेऊन जायची वेळ येईल. मग वैद्य मला कडू जहर औषध देईल....'' असं सगळं बोलून तिनं अचानक गळाच काढला आणि ती मोठमोठ्यांदा रडू लागली.

''शूऽ शूऽ! गप्प बस,'' मूशिका तिची समजूत काढू लागला; पण ती शांत होईना, मूशिकाला आता आपल्या कृत्याचा पश्चात्ताप होऊ लागला होता. 'चांगलं त्या लग्नातल्या मेजवानीवर ताव मारून आरामात घरी आलो असतो... उगीचच ही नसती ब्याद गळ्यात पडली आपल्या!' तो मनातल्या मनात म्हणाला. मग तिला म्हणाला, ''तू फक्त आजची रात्र देवळाच्या पडवीत काढ ना.'' त्यानं रस्त्यापलीकडच्या देवळाकडे बोट दाखवलं.

''अरे, पण रात्री तिथे चोर दरोडेखोर येतील आणि माझे दागिने चोरून नेतील.'' ती मोठ्यांदा रडत म्हणाली. मग जरा वेळानं डोळे पुसून म्हणाली, ''त्यापेक्षा मी माझ्या दोन मित्रांना, राम आणि श्याम यांना माझं रक्षण करण्यासाठी बोलावून घेऊ का?''

त्यावर मूशिका काही उत्तर देणार एवढ्यात ती हाका मारत सुटली, ''रामू, श्यामू!''

कुठून तरी एक भला दांडगा कुत्रा आणि एक मोठं मांजर उडी मारून तिथे आलं. दोघंही मूशिकाच्या अगदी जवळ जाऊन उभे राहिले ते कोणत्याही क्षणी त्याच्यावर उडी घेण्याच्या पवित्र्यात! त्याबरोबर मूशिकाच्या तोंडचं पाणी पळालं. त्यानं जी धूम ठोकली, तो थेट आपल्या बिळात अदृश्य झाला.

ते पाहून बायको जोरजोरात हसत सुटली. ती आपल्या दोन्ही पाळीव प्राण्यांना घेऊन लग्नघरी परत गेली. मूशिकाला मात्र त्या रात्री उपाशी पोटीच झोपावं लागलं. कदाचित उद्या आणखी मोठं वादळ येईल असं स्वत:शी पुटपुटत तो झोपी गेला.

~

# राजकन्येचे नवे कपडे

स गळ्या मुलांच्या आया परत गेल्यावर आजी त्या सगळ्यांना घेऊन खरेदीच्या मोहिमेवर निघाली. गावातल्या सर्वांत मोठ्या तयार कपड्यांच्या दुकानात सगळे जाऊन पोहोचले. आजीनं बरोबर भरपूर पैसे घेतले होते आणि सातही मुलांना सांगून ठेवलं होतं, "हे पहा, आज तुमच्यातल्या प्रत्येकाला एक एक नवा कपडा मिळणार आहे. प्रत्येकानं पाचशे रुपयांपर्यंतचा कपडा पसंत करायचा आहे. ही तुम्हाला आमच्याकडून भेट आहे. बरं का!"

दुकानात शिरल्यावर एका छानशा खुर्चीत ती बसली. तिनं मुलांना त्यांच्या मनाप्रमाणे खरेदी करायला दुकानात मोकळं सोडलं. त्यांना हव्या त्या रंगाचा, हवा तसा कपडा घ्यायची मुभा होती. कपडा विकत घेण्याआधी दुकानातल्या छोट्याशा ट्रायलरूममध्ये जाऊन तो घालून बघायलाही तिनं त्यांना सांगून ठेवलं होतं. सुमारे तासाभरात प्रत्येकाला पाहिजे तसा कपडा मिळाला. फक्त कृष्णा तेवढी राहिली. तिनं एका मागोमाग एक इतके कपडे घालून पाहिले; पण त्यातला एकसुद्धा तिला पसंत पडला नाही. प्रत्येक कपड्यात तिला काही ना काहीतरी दोष दिसतच होता. "या दुकानात तर माझ्या मनासारखं काहीच

मिळत नाहीये. आपण दुसऱ्या दुकानात जाऊ या का?'' ती कुरकुरत आजीला म्हणाली.

"पण या दुकानात खरेदी करायला काय हरकत आहे? हे दुकान किती मोठं आहे, नावाजलेलं आहे.'' आजी म्हणाली.

त्यावर कृष्णा फुरंगटून म्हणाली, "मी इथले जवळजवळ सगळे कपडे पाहिले. पण मला हवं तसं इथे काहीच नाहीये.'' मग सगळी फौज पुढच्या एका दुकानात गेली. तिथेसुद्धा खरेदी करण्यापूर्वी कृष्णानं भरपूर वेळ लावलाच; पण अखेर एकदाची खरेदी झाली. आजी नेहमीप्रमाणे गालातल्या गालात हसून कृष्णानं चालवलेल्या गोंधळाकडे बघत होती. टॅक्सीत बसून सगळी मंडळी घरी यायला निघाल्यावरती कृष्णाच्या कानात कुजबुजली, "कृष्णा, बरं झालं तू अखेर कपडा घेतलास ते. नाहीतर तुझी त्या राजकन्येसारखी परिस्थिती झाली असती...''

"कुठली राजकन्या... आजी?'' मुलांनी एकच गिल्ला केला.

"तीच रे... त्या गोष्टीतली,'' आजी खिडकीबाहेर बघत म्हणाली.

"सांग ना, सांग ना आजी.''

मग आजीनं त्यांना एका राजकन्येची गोष्ट सांगितली. त्या राजकन्येला स्वतःचे कपडे कधीच आवडत नसत.

~

राजा उल्हास आणि त्याची राणी, दोघंही खूप दुःखी होते. खरंतर त्यांच्या राज्यावर कुणी आक्रमण केलेलं नव्हतं. त्यांची प्रजा संतुष्ट होती. शेतकऱ्यांनी भरपूर पीक काढलं होतं. सगळीकडे आबादीआबाद होतं. मग असं असूनही राजाराणी दुःखी का बरं होते? कारण त्यांना मूल नव्हतं. राणीची मातृत्वाची आस तशीच राहिली होती.

त्यांच्या राज्यात एका अरण्यात एक ठिकाण होतं. त्या पवित्र ठिकाणी जाऊन जर तुम्ही मनापासून प्रार्थना केली, तर तुमची कोणतीही इच्छा पूर्ण होते, अशी त्या ठिकाणाची ख्याती होती. मग दोघेही त्या ठिकाणी मुक्कामाला जाऊन राहिले. त्यांनी तेथे ईश्वराची मनापासून प्रार्थना केली. अखेर त्यांच्या प्रार्थनेला यश आलं. अरण्याची देवता प्रसन्न झाली. ती त्यांच्यासमोर प्रकट होऊन त्यांना म्हणाली, "बोला, तुमची काय इच्छा आहे?''

राजा-राणी तिच्यापुढे नतमस्तक होऊन म्हणाले, "आम्हाला संतान हवं आहे.''

"ठीक आहे. तुमची ही इच्छा पूर्ण होईल. लवकरच तुम्हाला एक सुंदर

मुलगी होईल.'' देवता म्हणाली, "पण, एक लक्षात ठेवा, तुमची ही मुलगी खूप गुणी आणि गोड असेल. फक्त तिच्यात एकच दोष असेल. तिला सतत नवे कपडे हवे असतील. ती तुम्हाला त्यासाठी खूप त्रास देईल. नव्या कपड्यांच्या हव्यासापायी ती तुमचं जगणं कठीण करून टाकेल. अशी मुलगी तुम्हाला हवी आहे का?''

राजा-राणीला मूल हवंच होतं. त्यामुळे ते तर कोणत्याही गोष्टीसाठी तयारच होते. मग देवतेनं त्यांना तसा वर दिला आणि ती अंतर्धान पावली.

काही दिवसांतच राणीनं एका अत्यंत सुंदर मुलीला जन्म दिला. ती लहानशी मुलगी अद्वितीय सुंदर होती. काळेभोर डोळे, घनदाट पापण्या, लांबसडक निमुळती बोटं. तिच्या सौंदर्याचं वर्णन करायला शब्द अपुरे पडावेत! त्यांनी तिचं नाव ठेवलं – बीना. संपूर्ण राज्यात उत्साहाचं वातावरण पसरलं. लोकांनी आनंदोत्सव साजरा केला.

बीना हळूहळू मोठी होऊ लागली. ती लाडाकोडात वाढत होती. सगळ्यांचं तिच्यावर प्रेम होतं. दिवसेंदिवस ती अधिकाधिक सुंदर दिसत होती. तिचं वागणं-बोलणंसुद्धा अतिशय गोड होतं. तिला पाहून सर्वांनाच आनंद होई; पण देवतेनं सांगितल्याप्रमाणे तिच्यात एक दुर्गुण होता. तिला नव्या कपड्यांचा फार सोस होता. तिला इतका हव्यास होता की रोजच्या रोज तिला एक नवीन कपडा हवा असे. कोणताही कपडा दुसऱ्यांदा घालायची तिची तयारी नसे. गावोगावच्या, इतकंच नव्हे देशोदेशीच्या शिंप्यांना पाचारण करण्यात येत असे. ते तिच्यासाठी उत्तमोत्तम कलाकुसरीचे, आधुनिक धर्तीचे कपडे शिवत. रेशमी कपडे, सुती कपडे, लोकरीचे कपडे... हर तऱ्हेचे कपडे. लाल, गुलाबी, निळे, हिरवे... नवनवीन कपडे... साड्या...

राजा आणि राणीला सुरुवातीला तिचा हा जगावेगळा हट्ट पुरवण्यात खरोखरच आनंद वाटायचा. पण लवकरच त्यांच्या एक गोष्ट लक्षात आली. आपल्या मुलीचा हा हट्ट पुरवताना त्यांचा खजिना रिकामा होत चालला होता. वेळेचा अपव्यय होत होता.

त्यांनी तिची समजून काढण्याचा खूप प्रयत्न केला. तिच्या मिनतवाऱ्या केल्या. पण बीना कुणाचंच काही ऐकायला तयार नव्हती. त्या देवतेनं आपल्याला या गोष्टीची खरंतर आधीच कल्पना दिली होती, याचीही राजा-राणीला आठवण झाली. अखेर यावर काहीतरी उपाय काढायलाच हवा या विचारानं त्यांनी राजकन्या बीना हिलाच त्या देवतेकडे पाठवायचं ठरवलं.

बीना घनदाट निबिड अरण्यात जाऊन पोहोचली आणि ती देवता आपल्या समोर प्रकट होण्याची वाट पाहू लागली. क्षणार्धात समोर हिरवा, लखलखीत प्रकाश पडला आणि साक्षात देवता समोर प्रकटली. ती येताच सर्व आसमंत उजळून निघाला. तिच्यासमोर हात जोडून बीनानं तिला आपल्या येण्याचं कारण सांगितलं.

"बाळे, मला तुझी समस्या ठाऊक आहे. मी रोजच एक नवा कपडा तुला पाठवून देईन. तो अगदी अनोखा, जगावेगळा असेल. त्याचा रंग आणि त्याच्यावरील नक्षी पाहून मंत्रमुग्ध होशील पण एक गोष्ट लक्षात ठेवायची. तो कपडा सोडून दुसरं काहीच तू अंगात घालायचं नाही. किंवा मी पाठवलेले कपडे तू दुसऱ्या कुणाला कधीच द्यायचे नाहीत. तसं केलंस तर मात्र तुझं आयुष्य दुर्धर होऊन जाईल.''

बीना आनंदानं त्या गोष्टीला तयार झाली. 'आपल्याला जर रोजच नवा कपडा मिळणार असेल, तर मग काहीच प्रश्न नाही.' तिच्या मनात आलं.

त्या दिवसानंतर रोज सकाळी बीना झोपेतून जागी झाली की तिला आपल्या उशाशी एक अतीव सुंदर नवा कपडा, साडी असं काहीतरी सापडे. तिच्या दृष्टीनं हे तर स्वप्नच प्रत्यक्षात आल्यासारखं होतं. तिला इतका आनंद

झाला. मग ती त्याला साजेसे अलंकार, आभूषणे घालून सगळीकडे मिरवायची. सर्व जण तिच्या सौंदर्याची स्तुती करायचे.

पण काही महिन्यांनंतर नव्याची नवलाई संपुष्टात आली. एखादा नवीन पोशाख घालून बीना नेहमीप्रमाणे मिरवत जाऊ लागली तरी आता कुणी तिच्याकडे लक्ष देईना. "ही तर सगळी त्या देवतेची कृपा!" एवढंच लोक म्हणत. "हे असलं आपल्याला कुठून मिळणार?" तिच्या मैत्रिणी नाक मुरडून म्हणत आणि निघून जात.

बीना दिवसेंदिवस दुःखी होऊ लागली. असाच एक सणाचा दिवस होता. बीना रस्त्यानं जात असताना नदीकाठी तिला एक मुलगी बसलेली दिसली. तिच्या अंगात एक अत्यंत साधी, सुती साडी होती. ती मुलगी उठून कुठेतरी जायला निघाली. तिच्या चालण्यात, वावरण्यात एक वेगळाच डौल होता. येणारे जाणारे सगळे माना वळवून कौतुकाच्या नजरेनं तिच्याकडे निरखून बघत होते. लोकांच्या नजरेतलं त्या मुलीविषयीचं कौतुक बीनाला जाणवलं. तिचा अहंकार दुखावला. आजकाल तिच्या कपड्यांची तिच्या सौंदर्याची तारीफ कुणीच करत नसे आणि या इतकी साधी साडी नेसलेल्या मुलीचं मात्र त्यांना एवढं कौतुक होतं. त्या देवतेची सूचना बीना पूर्णपणे विसरून गेली होती. ती त्या मुलीपाशी जाऊन म्हणाली, "तू माझा हा नवा कपडा घेऊन त्याबदल्यात मला तुझी साडी देशील का?"

त्या मुलीला आश्चर्याचा धक्काच बसला. ही एवढी सुंदर राजकन्या तिच्या अंगातला इतका सुंदर भरजरी पोशाख तिला देऊ करत होती आणि त्याबदल्यात तिची साधीशी, सुती साडी मागत होती. त्या मुलीचा आपल्या नशिबावर विश्वासच बसेना. तिनं आनंदानं बीनाचा पोशाख स्वतः घातला आणि स्वतःची साडी बीनाला देऊन टाकली व आनंदानं निघून गेली. पण इकडे बीनानं त्या मुलीची साडी नेसता क्षणीच जोराचा आवाज झाला आणि वीज लखलखावी तसा प्रकाश पडला. बीनानं पाहिलं तर कशी कोण जाणे पण ती त्या घनदाट, निबिड अरण्यात जाऊन पोहोचली होती आणि समोर ती देवता उभी होती.

"बीना," ती देवता म्हणाली, "मी तुला दिलेले कपडे दुसऱ्या कुणालाही देऊन त्यांचे कपडे तू घ्यायचे नाहीस, असं बजावून सांगितलं होतं ना? पण तू आज नेमकं तेच केलंच. तू माझं ऐकलं नाहीस. आता तुला त्याची शिक्षा भोगावीच लागणार. या माणसांचं जग सोडून तुला माझ्याबरोबर यावं लागणार – कायमचं."

बीना दुःखातिरेकानं रडू लागली. तिला आपल्या आईवडिलांचे रडवेले चेहरे आठवले. आपल्या राजधानीतल्या जनतेचं प्रेम आठवलं. मग ती मोठ्यांदा म्हणाली, ''तुम्ही म्हणाल तिथे मी जाईन, हे जग सोडून जाईन; पण माझी एक शेवटची मागणी आहे. ती तेवढी मान्य करा. तुम्ही माझं रूपांतर अशा एखाद्या गोष्टीत करा, की मी सतत माझ्या लोकांच्या स्मरणात राहीन. त्या गोष्टीकडे पाहिलं की त्यांना त्यांच्या लाडक्या राजकन्येची आठवण होईल. त्यांना त्या गोष्टीचा नेहमी उपयोग होईल.''

त्यावर ती देवता हसली आणि तिनं बीनाचं एका रोपट्यात रूपांतर केलं. बीना कशाचं रोपटं बनली, ठाऊक आहे? कांद्याचं. कांद्यावर किती पापुद्रे असतात, ते तुम्ही पाहिलंय ना? ते पापुद्रे म्हणजे बीनानं कधी काळी परिधान केलेले कपडे आहेत. तुमची आई जेव्हा कांदा कापते, तेव्हा तिच्या डोळ्यातून कसं पाणी येतं, तेही तुम्ही पाहिलंय ना? त्याचं कारण असं, की बीनाच्या राजधानीतल्या, बीनावर प्रेम करणाऱ्या लोकांप्रमाणेच आपणही आपल्या नकळत बीनासाठी अश्रू ढाळत असतो.

~

*ही गोष्ट ऐकल्यानंतर कृष्णा म्हणाली, ''आजी, मला त्या बीनासारखं नाही व्हायचं. माझं रूपांतर कांद्यात झालेलं मला नाही चालणार. मी इथून पुढे कपड्यांसाठी कधीच हट्ट नाही करणार.''*

~

# विड्याच्या पानाची गोष्ट

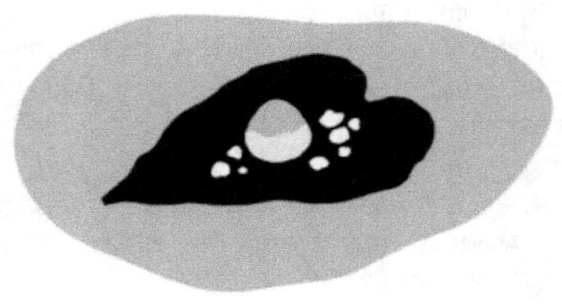

*विष्णू काकांनी सगळ्यांना त्यांच्या घरी रात्रीचं जेवायला बोलावलं होतं. नाना तऱ्हेचे खाद्यपदार्थ जेवणात होते. सर्व जण तुडुंब जेवले. मग विष्णू काका आतून त्यांचा भलामोठा पानाचा डबा घेऊन आले. काकांनी अगदी समरसून सर्व मोठ्या माणसांसाठी झकास विडे बनविले. ते त्यांनी आवडीनं खाल्ले.*

*मग काकांनी मुलांना समजावून सांगितलं, ''मुलांनो, विड्यात मुख्यत: विड्याचं पान, सुपारी आणि चुना असतो. पण हे पाहा, आपण प्रत्येक पदार्थ अगदी थोडा थोडाच घालायचा असतो हं. मगच विडा छान लागतो.'' सर्वच्या सर्व सातही मुलांनी स्वत: विडा करून पाहिला. मग प्रत्येकानं तो खाल्ला. काहींनी नुसतं पान चावून चावून खाल्लं, तर काहींनी सुपारी चघळली. काहींनी पान आणि सुपारी दोन्ही खाऊन टाकलं तर काहींनी चुन्याची चवसुद्धा चाखून पाहिली. काकांनी सांगितलेलं खरंच होतं. जेव्हा पान, सुपारी आणि चुना योग्य प्रमाणात नव्हतं, तेव्हा तो विडा फारच वाईट लागत होता. शरणनं तर स्वत:च्या विड्यात फार जास्त चुना घातला होता. पण तो खाल्ल्याने त्याला*

*उलटी झाली. विडा चघळत चघळत सगळी मुलं आरशासमोर जाऊन उभी राहिली. कुणाचं तोंड जास्त रंगलंय, लालभडक झालंय याची उत्सुकता सगळ्यांनाच होती.*

*आजी तिथे बसून शरणच्या आईशी गप्पा मारत होती. एकीकडे मुलांच्या या उपद्व्यांकडेही तिचं लक्ष होतंच. थोड्या वेळानं ती सर्व मुलांना आपल्या जवळ बोलावून म्हणाली, "मुलांनो तुमच्या एक गोष्ट एव्हाना लक्षात आलीच असेल. नुसतं पान, नुसती सुपारी किंवा नुसता चुना खाल्ला तर तो चवीला अतिशय वाईट लागतो. त्यातल्या कोणत्याही दोन गोष्टी एकत्र करून खाल्ल्या तरीही त्या चांगल्या लागत नाहीत. जर त्या तीनही गोष्टी योग्य प्रमाणात एकत्र करून खाल्ल्या तरच ते पान खाणं आपल्याला शक्य होतं. शिवाय विडा तोंडात रंगतो तो तेव्हाच."*

*"असं का गं आजी? त्या पाठीमागे काही खास अर्थ दडलेला आहे का?"*

*"हो, आहे ना. एक खास अर्थ दडलेला आहे. आणि तो अर्थ पहिल्यांदा मी माझ्या आजीकडून ऐकला."*

~

कोणे एके काळी एका गावात दोन भाऊ राहत होते. भानू आणि वीर. ते दोघे लहान असतानाच त्यांचे आईवडील वारले; पण भानूनं आपल्या लहान भावाचा अत्यंत प्रेमानं संभाळ करून त्याला लहानाचं मोठं केलं. भानूचं जेव्हा लग्नाचं वय झालं, तेव्हा त्यानं भारती नावाच्या मुलीशी लग्न केलं. ती एक गोड, प्रेमळ मुलगी होती आणि आपल्या धाकट्या दिरावर, वीरवर तिचीपण भानूइतकीच माया होती.

बघता बघता वीर वीस वर्षांचा झाला. मग एक दिवस त्याच्या कानावर बातमी आली. त्यांचा राजा आपल्या सैन्यात नवीन तरुणांची भरती करत होता. वीरनंपण राजाच्या सैन्यात भरती व्हायचं ठरवलं. त्याचा भाऊ भानू आणि भारती वहिनी यांनी तसं न करण्याबद्दल वीरच्या कितीतरी

विड्याच्या पानाची गोष्ट । ६७

विनवण्या केल्या. ते रडले, भेकले. वीरनं घरीच राहावं असा हट्टही त्यांनी केला. आपण ज्या मुलाला इतक्या प्रेमानं वाढवलं, त्याचा संभाळ केला, त्याला लहानाचं मोठं केलं, तो असा सैन्यात भरती होऊन दूर निघून जाणार, ही कल्पनाच त्यांना अजिबात सहन होत नव्हती. पण वीरला मात्र काही झालं तरी सैनिकच व्हायचं होतं. मग मोठ्या जड हृदयानं आणि साश्रू नयनांनी त्यांनी त्याला निरोप दिला.

वीर घरातून निघून गेला. त्यानंतरचे कित्येक दिवस त्यांना त्याची काहीच बातमी कळली नाही. खुद्द राजासुद्धा युद्धावर गेला होता. तो शत्रूचा पाडाव करून परत आला. राजाचं सगळं सैन्यसुद्धा माघारी आलं, पण वीरचा मात्र काहीच पत्ता नव्हता. रोजच्या रोज दादा, वहिनी त्याच्या वाटेकडे डोळे लावून बसत. अचानक समोरच्या रस्त्यावरून चालत वीर घरी परत येईल, अशी वेडी आशा त्यांच्या मनात असे. त्यानंतर काही दिवसांनी आणखी काही सैनिकांची तुकडी युद्धावरून घरी परत आली. भानूनं त्यातील सैनिकांना हाक मारून त्यांच्याकडे वीरविषयी चौकशी केली.

"वीरू ना? हो... अहो त्याला तर लढता लढता वीरमरण आलं. तुम्हाला नाही माहीत?" एक सैनिक दु:खानं मान हलवत म्हणाला.

"नाही रे, उगीच काय काहीतरी? तो फक्त जखमी झाला होता; पण तो त्यातून बरासुद्धा झाला. काय हो, तो अजून घरी नाही का आला?" दुसरा एक सैनिक म्हणाला.

"तो घरी यायला निघालाच होता, पण वाटेत तो आजारी पडला अहो," तिसऱ्यानं माहिती पुरवली.

या अशा भयंकर बातम्या ऐकून भानू अधिकच दुःखिकष्टी झाला. आपला धाकटा भाऊ कधीतरी घरी परत येईल या आशेवर आपण असं मुळीच घरी बसून राहायचं नाही, त्यापेक्षा आपण स्वतःच जाऊन त्याचा शोध घ्यायचा, असं त्यानं ठरवलं. त्यानं आपल्या पत्नीला – भारतीला हा निर्णय सांगताच, तीपण त्याच्या सोबत निघाली. दोघं मिळून आपल्या बेपत्ता झालेल्या वीरच्या शोधात निघाले.

राजाची आपल्या शत्रूशी ज्या जागी घनघोर लढाई झाली होती, तिथे सर्वांत आधी जाऊन वीरूचा शोध घ्यायचा, असं त्यांनी ठरवलं. इथेच वीरच्या सोबत्यांनी त्याला शेवटचं पाहिलं होतं; पण ते ठिकाण त्यांच्या गावापासून फारच दूर होतं. तिथे पोहोचण्यासाठी त्यांना वाटेत घनदाट अरण्य, खोल खोल दऱ्या आणि उंच उंच डोंगर पादाक्रांत करावे लागणार होते. ते दोघं चालत चालत निघाले. त्यांनी कित्येक कोस अंतर चालत पार केलं. बिचारी भारती, ती प्रकृतीनं जराशी नाजूक होती. एक दिवस असाच दिवसभर निबिड अरण्यातून प्रवास केल्यानंतर संध्याकाळच्या वेळी त्यांना एक लहानशी झोपडी दिसली. त्या झोपडीसमोर थकूनभागून भारतीनं बसकण मारली आणि अपरिमित थकव्यानं ती जागच्या जागी जी कलंडली, ते तिनं डोळेच मिटले. तिचा असा अकस्मात झालेला मृत्यू पाहून तीव्र दुःखावेगानं भानूनंही तत्क्षणीच प्राण सोडले.

काही वर्षांनंतर त्या ठिकाणी दोन झाडं उगवली. त्यातलं एक झाड उंच होतं तर दुसरी वेल होती. ती त्या झाडाच्या आधारे वर चढून वाढली होती. जणूकाही मृत्युनंतरही भानू आणि भारती यांनी एकमेकांना सोडलं नव्हतं.

पण त्या दोघांचं ज्याच्यावर इतकं निरतिशय प्रेम होतं तो वीर प्रत्यक्षात मात्र युद्धात मारला गेला नव्हता. तो जिवंतच होता; पण तो जबरदस्त जखमी झाला होता. आणि तो आपल्या गावापासून खूप दूरवर असलेल्या खेड्यात मुक्काम ठोकून राहिला होता. त्याला बरं व्हायला कित्येक वर्षं लागली. तो बरा झाल्यावर मात्र क्षणाचाही वेळ वाया न घालवता ताबडतोब आपल्या गावी, आपल्या घरी परत आला. 'आपल्या घरचे लोक खूप काळजीत असतील, आपली वाट बघत असतील,' असा विचार त्याच्या मनात होता.

पण घरी पोहोचल्यावर त्याला घराला कुलूप दिसलं. इतकंच नव्हे तर कित्येक वर्षं ते घर असं बंद असल्यानं त्याची दैना झालेली होती. वीरला पाहून त्याचे शेजारी त्याला भेटायला आले. आपले दादा-वहिनी आपल्या शोधात कित्येक वर्षांपूर्वी हे गाव सोडून निघून गेल्याचं त्याला कळलं.

त्या रात्री त्यांच्या आठवणीनं वीर खूप रडला. आता आपल्या प्रेमळ दादा-

वहिनीला कुठे आणि कसं शोधायचं, हेच त्याला कळत नव्हतं. ते कुठे असतील बरं? त्यानं रात्रभर खूप विचार केला. जशी पहाट झाली, तसा त्याच्या मनाचा निर्धार पक्का झाला होता. ते ज्या मार्गानं आपला शोध घेत गेले त्याच मार्गानं आपण तपास करत जायचं, असं त्यानं ठरवलं. तो त्यानंतर लगेच निघाला.

वीर खरंतर एक सैनिक होता; पण तो युद्धात जबर जखमी झालेला होता. आणि त्यातून तो नुकताच बरा होत होता. त्यामुळे त्याची प्रकृती अजून तशी क्षीणच होती. भानू आणि त्याची पत्नी भारती ज्या मार्गावरून गेले होते तो मार्ग काटायला त्याला कित्येक दिवस लागले. त्यानंतर एक दिवस एका अरण्याच्या पलीकडच्या टोकाशी त्याला एक समाधी दिसली. तिथे बरेच गावकरी जमा झालेले होते. ती समाधी तिथे कशी काय बांधण्यात आली याची दु:खद कहाणी त्या गावकऱ्यांनी त्याला सांगितली. कित्येक वर्षांपूर्वी एक जोडपं आपल्या हरवलेल्या भावाचा शोध घेत तिथवर आलं होतं आणि निराश होऊन, थकूनभागून त्यांनी त्या जागी प्राण सोडले होते. पण त्यांना काही आपल्या भावाचा अखेरपर्यंत शोध लागलाच नाही. त्यांची ही इच्छा अपुरी राहिली. पुढे त्या ठिकाणी कशी कोण जाणे पण दोन सुंदर झाडं उगवली. त्या झाडांची पानं आणि फळं फार गोड होती. मग गावकऱ्यांनी त्या ठिकाणी त्या दोघा पती-पत्नींची समाधी बांधली आणि एक छोटंसं मंदिरही बांधलं.

ती कथा ऐकता ऐकता वीरचे डोळे पाण्यानं भरून आले. त्या गावकऱ्यांनी ज्या जोडप्याची कहाणी सांगितली होती, ते दुसरे तिसरे कुणी नसून आपलेच दादा-वहिनी होते हे त्याला कळून चुकलं. त्या दु:खानं तो इतका खचून गेला की बघता बघता त्याचं रूपांतर चुनकळीच्या पुतळ्यात झालं.

आपल्याला त्यांची आठवण राहावी म्हणूनच विडा खाण्याची प्रथा पडली. त्या उंच झाडाला जी फळं येत त्याला सुपारी म्हणत. त्यावर चढलेल्या वेलीला जी पानं लागत त्या पानांसोबत सुपारी कातरून घालून त्यावर पानाला थोडंसं चुन्याचं बोट लावून लोक त्यापासून विडा बनवू लागले. अशा रीतीनं मृत्युनंतर त्या पूर्ण कुटुंबाची भेट झाली. त्या तिघांनी एकत्र येऊन लोकांना प्रेम, ऐक्य आणि निष्ठा या तीनही गुणांचा पाठ दिला. त्यानंतर जेव्हा कधी लोक विडा खात तेव्हा त्यांना या तीन माणसांची आणि त्यांच्या अंगच्या या गुणांची आठवण होत असे.

~

ही कथा ऐकून शरणच्या आईलासुद्धा खूप आश्चर्य वाटलं. "खरंच, आजी? विड्यामध्ये या तीनही गोष्टी का घालायच्या असतात हे खरंतर मलाही माहीत नव्हतं. आता आजपासून तुझ्या गोष्टी मीसुद्धा मनापासून ऐकत जाईन."

आजीनं मान हलवून होकार दिला. मग तिचे डोळे चमकले. ती म्हणाली, "अरे हो... पण पान खाणं तुमच्या दातांसाठी चांगलं नव्हे. जा बरं, सर्वांनी दात स्वच्छ घासा बघू!"

~

# अस्वलासाठी खीर

आ जोबा आणि विष्णू काका दोघं मिळून काहीतरी बेत आखत होते. दोघांची सारखी आपापसात कुजबूज चालायची. दोघं मध्येच गालातल्या गालात हसायचेसुद्धा. त्या दोघांची काय खलबतं चालली होती हे जाणून घ्यायची मुलांना कमालीची उत्सुकता लागली होती. अखेर एक दिवस संध्याकाळच्या वेळी दोघांनीही गौप्यस्फोट केला. त्या दोघांनी मिळून सगळ्यांना सहलीला घेऊन जाण्याचा बेत केला होता. त्यांच्या गावाजवळच एक धबधबा होता. तिथेच जायचं ठरत होतं. एका नदीच्या पात्रातच तो धबधबा तयार झाला होता. ती जागा अत्यंत रमणीय होती. शिवाय शेजारीच वनराई होती. दोन्ही आजोबांनी या सहलीचे तपशील सांगितल्यावर तर मुलं अधिकच खूश झाली. उद्या आजी आणि शरणची आई या दोघींना स्वयंपाकाला सुट्टी होती. कारण सगळा स्वयंपाक दोन्ही आजोबा आणि मुलं मिळूनच करणार होते. आणि तोही अगदी जुन्या पद्धतीनं, रानात लाकूडफाटा गोळा करून, तीन दगडांची चूल मांडून, सर्व तयारी स्वत: करून!

मुलांच्या उत्साहाला तर नुसतं उधाण आलं होतं. त्यांना रात्री झोपसुद्धा

लागली नव्हती. मुलं रात्रभर सहलीविषयीच बोलत बसली होती. आपण काय काय बनवायचं, कसा स्वयंपाक करायचा, याचीच जोरजोरात चर्चा चालू होती. मग सर्वानुमते बेतसुद्धा ठरला. उद्या पुलाव आणि खीर बनवायची. खीर एकतर बनवायला फार सोपी आणि दुसरं म्हणजे सर्वांनाच आवडणारी!

दुसरा दिवस उजाडला. रोज आळशीपणे झोपून राहणारी मुलं आज मात्र भल्या पहाटेच उठून बसली होती. सातच्या ठोक्याला सर्व जण कपडे करून बूट-मोजे घालून सहलीसाठी तयार होती. अखेर सर्व जण धबधब्यापाशी जाऊन पोहोचले. काय सुंदर ठिकाण होतं ते! मुलं सगळीकडे मोकाट धावत सुटली होती. हळूहळू बॅट-बॉल बाहेर निघाले. क्रिकेटचा डाव सुरू झाला. आजी एका झाडाच्या सावलीत निवांत बसली होती. जरा वेळात स्वयंपाकाची लगबग सुरू झाली. मुलं चूल पेटवण्यासाठी झाडाच्या वाळलेल्या फांद्या, काटक्या गोळा करू लागली. इतक्यात आजीचं लक्ष गेलं तर दूरवर घनदाट झाडी असलेल्या जागेकडे दिव्या निघाली होती. आजीनं हाक मारली, ''दिव्या... दिव्या... तिकडे जाऊ नको. तिथे दाट झाडीत एखादं जनावर दडी मारून बसलं असेल. आणि वर तुम्ही इकडे खीर करायला घेतली आहे...''

तिच्या तोंडचे ते शब्द मनूच्या तिखट कानांनी लगेच टिपले. ती म्हणाली, ''आजी, खिरीचा आणि प्राण्यांचा गं काय संबंध?''

आजी हसून म्हणाली, ''अस्वलांना खीर आवडते हे माहीत नाही वाटतं तुम्हाला?''

त्यावर सर्व जण एकमुखानं म्हणाले, ''नाही. हे आम्हाला मुळीच माहीत नव्हतं.''

झालं. खेळणंही तसंच राहिलं आणि स्वयंपाकही तसाच राहिला. सगळे खीर खाणाऱ्या अस्वलाची गोष्ट ऐकायला आजीभोवती जमा झाले.

~

तुम्हाला एक गोष्ट माहीत आहे का? आपण अस्वलाला कधीच चिडवायचं नसतं. एखादं अस्वल जर चिडलं ना, तर ते काय करेल त्याचा काही नेम नसतो. त्यामुळे आपण त्याला दिलेला शब्द पाळणं फार महत्त्वाचं. बिचाऱ्या मोहनला आणि बसंतीला ही गोष्ट ठाऊक नव्हती ना, त्यामुळे त्यांनी अस्वलाला फसवण्याचा प्रयत्न केला आणि त्यांचीच फजिती झाली.

मोहनची एक केळीची बाग होती. त्याच्या बागेत अत्यंत सुमधुर केळी पिकायची. बागेत एक मोठं आंब्याचं झाडसुद्धा होतं. त्या झाडाला दर उन्हाळ्यात मोठे मोठे रसाळ आंबे लागत. तो ती फळं बाजारात विकायला नेई

आणि त्यातून येणाऱ्या पैशावर तो आणि त्याची पत्नी बसंती यांची गुजराण होई.

एका वर्षी त्याच्या झाडांना नेहमीपेक्षा कितीतरी पटीनं जास्त केळी आणि आंबे लागले. ते घेऊन आपण शहरात विक्रीसाठी जायचं, असं त्यानं ठरवलं. त्याच्या गावापेक्षा शहरातल्या बाजारपेठेत त्याच्या फळांना नक्कीच जास्त भाव आला असता. मग तो आपली फळांनी भरलेली पोती आणि टोपल्या घेऊन शहरात गेला. तिथल्या बाजारात त्यानं आपली फळं विकायला ठेवली. संध्याकाळपर्यंत त्याच्या जवळची सगळी फळं संपली आणि त्याच्या खिशात भरपूर पैसे जमा झाले. बाजारात त्याला एक जुना मित्र भेटला. त्याचं नाव अमर. इतक्या वर्षांनी एकमेकांना भेटल्यावर दोघांचाही आनंद गगनात मावेना.

"मित्रा, माझ्या घरी ये ना," अमर हट्ट करत म्हणाला. "आपण घरी मस्तपैकी जेवू आणि गप्पा मारू."

मोहनलापण ही कल्पना अतिशय आवडली. तो अमरबरोबर त्याच्या घरी गेला. दोघांनी तिथे जेवणावर ताव मारला. भात, आमटी, भाज्या, विविध प्रकारच्या मिठाया असं सगळंच त्यांनी पोटभर खाल्लं. सगळ्यात शेवटी दोघांची आवडती खीरपण पुढे आली.

या खिरीला संपूर्ण भारतात वेगवेगळ्या नावानं संबोधण्यात येतं. कुणी नुसतं खीर म्हणतात, तर कुणी पायस अथवा पायसम. कुणी पयेशसुद्धा म्हणतात. ही खीर दूध, गूळ, तांदूळ किंवा इतर अनेक स्वादिष्ट गोष्टींपासून बनवण्यात येते. ही चवीला अप्रतिम लागते. अमरनं आपल्या मित्राला वाढलेली खीरसुद्धा अशीच चविष्ट होती. सुगंधित तांदूळ, मलईदार दूध, साखर, गूळ असे पदार्थ वापरून ती बनवण्यात आली होती. त्यात केशर, बदाम, काजू, किसमिस अशा विविध गोष्टी होत्या. नुसत्या वासानंसुद्धा मोहनच्या तोंडाला पाणी सुटलं. तो एकामागोमाग एक वाडगे भरभरून खीर खात सुटला होता. अखेर आपलं पोट फुटतं की काय, असं त्याला वाटू लागलं.

दोघं मित्र त्यानंतरही कितीतरी वेळ गप्पा मारत बसले. अखेर मोहनची घरी जाण्याची वेळ झाली. घरी गेल्यावर तो झोपला. दुसऱ्या दिवशी त्यानं आपल्या पत्नीला त्या स्वादिष्ट जेवणाविषयी वर्णन करकरून सांगितलं. विशेषत: त्या खिरीची तर फारच तारीफ केली. ते ऐकून बसंतीच्या तोंडाला पाणी सुटलं. तिलासुद्धा ती खीर खावीशी वाटू लागली. तिचा चेहरा पाहून मोहन म्हणाला, "हे बघ काल मी बाजारात फळं विकून भरपूर पैसे कमावून आणले आहेत. तू मला सामानाची यादी दे. मी बाजारातून सगळं सामान घेऊन येतो आणि तू छान खीर बनव. मग आपण दोघं मिळून ती खाऊ."

बसंतीलासुद्धा ती कल्पना एकदम पसंत पडली; पण घरात चुलीसाठी लागणारं इंधन नव्हतं. आधी रानात जाऊन थोडा लाकूडफाटा गोळा करून आणण्याची गरज होती. लाकूडफाटा आणायचा आणि मगच बाजारात जाऊन खिरीसाठी लागणारं सगळं सामान घेऊन यायचं, असं मोहननं ठरवलं. मग मोहन हातात कुऱ्हाड घेऊन छानपैकी शीळ वाजवत, रमतगमत निघाला. नेमकं रानात एका मोठ्या झाडाखाली एक काळंकुट्ट अस्वल डुलक्या खात बसलं होतं. त्यानं नुकताच बोरांवर भरपूर ताव मारला होता आणि आता त्याची वामकुक्षी चालली होती. इतक्यात मोहन तेथून जाऊ लागला. मोहन जवळच्या एका झाडाच्या छोट्या छोट्या फांद्या तोडत असताना ते अस्वल अर्धमिटल्या डोळ्यांनी त्याच्याकडे बघत होतं. मोहननं त्या सर्व वाळलेल्या काठ्या एकत्र करून त्यांची व्यवस्थित मोळी बांधली. ती तो उचलून तिथून निघणार इतक्यात अस्वल म्हणालं, "मित्रा, इतका खुशीत का बरं दिसतो आहेस तू? आणि असा शीळ घालत कुठे निघाला आहेस? आणि काय रे, एवढं हे जळण कशासाठी जमा केलं आहेस? आज रात्री तुझ्या घरी मेजवानी आहे वाटतं?"

ते एवढं भयंकर अस्वल थेट आपल्याशी बोलतंय या विचारानं मोहनची तर बोबडीच वळली. तत... पप... करत तो म्हणाला, "होय... होय... म... म... महाराज... अस्वल महाराज..."

ते अस्वलसुद्धा खाऊनपिऊन तृप्त होतं. तेव्हा त्यानं मोहनशी आणखी थोड्या गप्पा मारायला सुरुवात केली.

"मग मला सांग, आज रात्री तू काय बनवणार आहेस?" आपल्या ढेरीवरून हात फिरवत अस्वल म्हणालं.

"प... प... पायसम," मोहन चाचरत म्हणाला.

"पाया... काय?" अस्वलानं विचारलं.

"पा... पायसम," मोहन कसाबसा म्हणाला, "ते एक पक्वान्न असतं."

"मला याबद्दल जरा जास्त माहिती सांग ना," अस्वल म्हणालं. ते आता जरा बुचकळ्यात पडलं होतं.

मग मोहननं पायसम कसं बनवतात, ते किती स्वादिष्ट लागतं, ते अगदी तपशीलवार वर्णन करून सांगितलं. त्यानं तांदूळ, दूध, गूळ, केशर, बदाम, पिस्ते अशी नाव घ्यायला सुरुवात केल्यावर अस्वलाचे डोळे चमकू लागले. त्याच्या पोटातून विविध आवाज येऊ लागले. माणसं खात असणारा हा इतका स्वादिष्ट पदार्थ कधी एकदा आपल्याला चाखायला मिळतो, असं त्या अस्वलाला झालं.

"अरे मोहन, आज मला तू तुझ्या घरी घेऊन जा आणि हा इतका स्वादिष्ट

पदार्थ मलापण खाऊ घाल,'' अस्वल म्हणालं.

मोहन आश्चर्यानं थक्क झाला. अस्वलाला चक्क घरी जेवायला घेऊन जायचं? आणि हे एवढं मोठं अस्वल किती जेवेल देवालाच माहीत. पण अस्वल त्याच्याकडे इतक्या आशेनं बघत होतं, की त्याला नाही तरी कसं म्हणणार? त्याच्यापुढे एक मोठा प्रश्नच होता.

मग एक मोठा सुस्कारा टाकून तो म्हणाला, ''ठीक आहे. चला तुम्ही माझ्याबरोबर; पण एवढी जास्त खीर करायची, तर मला आणखी बराच लाकूडफाटा लागेल. तुम्ही थोडा लाकूडफाटा तोडून तुमच्याबरोबर घेऊन याल का?'' मोहनला वाटलं, आपण या अस्वलाला लाकूडफाटा तोडण्याच्या कामात गुंतवून ठेवू. म्हणजे आपल्याला पुढचे काही दिवस रानात येऊन लाकूड तोडण्याचं काम करावंच लागणार नाही.

''हो... हो... लगेच तोडतो,'' असं म्हणून अस्वल उड्या मारू लागलं. ''किती मोळ्या बांधू, सांगा. दहा, वीस, तीस?''

''अं...,'' मोहन विचारात पडल्यासारखं दाखवत म्हणाला, ''पन्नास पुरे झाल्या,'' असं म्हणून तो स्वत: बनवलेली मोळी उचलून घरी निघून गेला. जाण्यापूर्वी त्यानं बाजारातून पायसमसाठी लागणारं दूध, तांदूळ, गूळ इत्यादी सर्व साहित्य भरपूर प्रमाणात खरेदी केलं.

घरी पोहोचल्यावर त्यानं बसंतीला सगळी हकिकत सांगितली. आज रात्री जेवायला कोण येणार आहे याची तिला नीट कल्पना दिली. बसंतीनं काजू, किसमिस, केशर, पिस्ते इ. घालून भरपूर पायसम बनवलं. त्याचा घमघमाट सगळीकडे सुटला. पायसम तयार झाल्यावर त्या सुंदर वासानं दोघं पती-पत्नी बेचैन झाले. अस्वल येईपर्यंत त्यांना दम निघेना. त्यांनी थोडं थोडं पायसम वाटीत घेऊन खाल्लं. मग आणखी थोडं... मग आणखी थोडं... असं करता

करता पातेल्यातलं सगळंच्या सगळं पायसम संपून गेलं. पातेलंसुद्धा चाटूनपुसून साफ झालं. आपण अस्वलासाठी काही म्हणजे काहीच शिल्लक ठेवलेलं नाही, हे जेव्हा त्या दोघांच्या लक्षात आलं, तेव्हा खूप उशीर झाला होता.

आता अस्वल आल्यावर काय करायचं, त्याला काय सांगायचं, यावर दोघा पती-पत्नींनी खल सुरू केला. इतक्यात मोहनच्या डोक्यात एक दुष्ट कल्पना चमकली. घरात इतर काही पदार्थ होते. ते वापरून परत पायसम बनवलं तर? नाहीतरी ते एक अस्वलच तर होतं. माणसानं बनवलेलं पायसम त्यानं आजवर कधीच चाखून पाहिलेलं नव्हतं. ते चवीला कसं असतं, याची त्याला काहीच कल्पना नव्हती. मग त्यानं एका पातेल्यात थोडं दूध घेतलं. त्यात भरपूर पाणी आणि मूठभर तांदूळ घालून ते उकळायला ठेवलं. गूळ आणि बदाम पिस्त्यांऐवजी त्यांनी त्यात वाळू, रेती आणि वेलदोड्यांची टरफलं घातली. ते भरपूर उकळल्यावर ते पायसमसारखंच दिसू लागलं. मग ते पायसम एका पितळी घंघाळात ओतून ते घंघाळं त्यांनी घरासमोरच्या अंगणात, दाराबाहेर आणून ठेवलं आणि दोघं बाजूच्या झुडपांत लपून बसले.

रात्र झाली. अंधार पडल्यावर एक प्रचंड काळीकभिन्न आकृती त्यांच्या घरापाशी आली. त्या आकृतीनं पाठीवर पन्नास मोळ्या वाहून आणल्या होत्या. अर्थातच ते अस्वल होतं. ते मोहनच्या घरी जेवायला आलं होतं.

मोहनच्या घरापाशी पोहोचल्यावर त्यानं इतकेतिकडे पाहिलं. तिथे तर कुणीच नव्हतं. मग त्याला दारात ठेवण्यात आलेलं घंघाळं दिसलं. ते पायसमनं काठोकाठ भरलेलं होतं. आता अस्वलाला अजिबात दम निघेना. त्यानं त्या मोळ्या अंगणात टाकून दिल्या आणि ते पायसमवर तुटून पडलं. अर्धअधिक घंघाळं घाईघाईनं रिकामं केल्यावर त्याला नक्कीच काहीतरी गडबड असल्याचं वाटलं. दूध पाणीदार होतं, तांदूळ अर्धेकच्चे शिजले होते आणि त्याच्या दातात मधूनच दगड, गोटे, रेती असं येत होतं. शी!

आता ते अस्वल प्रचंड चिडलं. त्यानं रागारागानं मोहनच्या नावाचा गजर करायला सुरुवात केली. पण मोहन झुडपांत लपून बसला होता. त्यानं हूं की चूसुद्धा केलं नाही. आता अस्वल अधिकच चिडलं. इतक्यात त्याला समोरचं आंब्याचं झाड दिसलं. त्याबरोबर त्यानं त्या झाडाच्या बुंध्यावर आपली पाठ जोरजोरात घासायला सुरुवात केली. झाड जोरजोरात हलू लागलं तसे झाडाला लगडलेले आंबे एका मागोमाग एक खाली पडू लागले. अस्वल तर रागानं नुसतं बेभान झालं होतं. त्यानं आंब्यानंतर आपला मोर्चा केळीच्या बागेकडे वळवला. त्यानं सगळीच्या सगळी केळीची झाडं तुडवून त्या सगळ्या बागेचा

नायनाट केला. इतक्यात त्याचं लक्ष त्यानं स्वत:च अंगणात आणून टाकलेल्या लाकडाच्या मोळ्यांकडे गेलं. आता त्यानं त्या मोळ्यांमधली लाकडं उचलून इतस्तत: भिरकावण्यास सुरुवात केली. घराच्या आत चूल पेटलेली होती. काही लाकडं त्या चुलीतल्या जाळात पडली आणि त्यांनी पेट घेतला. बघता बघता घराला आग लागली. जरा वेळात मोहनचं घरदार, त्यांची केळीची बाग, आंब्याचं झाड... सगळं आगीत भस्मसात झालं. काहीच शिल्लक उरलं नाही.

अखेर जरा वेळानं अस्वल शांत झालं. आपण मोहनचा पुरता सूड घेतला अशा विचारानं त्याचं समाधान झालं व ते रानात परत गेलं. थोड्या वेळानं झुडपांत लपलेले मोहन आणि बसंती बाहेर येऊन बघतात तर काय – त्यांच्या घरादाराची, अंगणाची, त्यांच्या प्रिय बागेची राखरांगोळी झालेली. दोघंही छाती पिटत आक्रोश करू लागले, धाय मोकलून रडू लागले. पण आता त्याचा काही उपयोग नव्हता. आपण अधाशीपणा करून सगळं पायसम जर स्वत:च खाऊन टाकलं नसतं आणि त्या अस्वलाला त्याचा वाटा दिला असता, तर हा इतका अनर्थ झाला नसता, असं दोघांनाही वाटत होतं.

~

*पण आता दु:ख करून काहीच उपयोग नव्हता. व्हायचं ते नुकसान तर झालंच होता. मोहन आणि बसंती या दोघांनाही त्यांच्या अधाशीपणाबद्दल चांगली अद्दल घडली होती. म्हणून तर मघाशी मी तुम्हाला सांगितलं ना? अस्वलाला कधीच चिडवू नका. त्याच्या रागाला कारणीभूत होऊ नका. आणि मुख्य म्हणजे कुणालाही दिलेलं वचन नेहमी पाळत जा.*

~

# दाढीला लागली आग

सहल तर मस्तच झाली. सर्वांनाच खूप मजा आली. सर्वांनी दिवसभर खूप धमाल केली, मनसोक्त खाल्लं आणि पाण्यातही डुंबले. बघता बघता संध्याकाळ झाली. मग मात्र आजोब-आजींनी मुलांना कान पकडून घरी आणलं. मुलं इतकी दमली होती की घरी गेल्यावर रात्री अंथरुणाला पाठ टेकताक्षणीच सगळी गाढ झोपूनसुद्धा गेली. आजीनं दिवे मालवायच्या आतच! मग आजीनं अलगदपणे एकेकाच्या अंगावर पांघरूण घातलं. दुसऱ्या दिवशी उजाडलं, उन्हं डोळ्यावर आली तरी मुलांची काहीच हालचाल नव्हती. कुणीच उठायला तयार नव्हतं. मग आजोबा-आजींनी मुलांना न उठवताच आपापली कामं सुरू केली. बघता बघता दहा वाजले. आता मात्र या मुलांना झोपेतून उठवायलाच हवं, असं आजीनं ठरवलं. मग ती मुलांच्या खोलीचं दार उघडून आत आली. बघते तर काय, चौघंही मुलं टक्क जागी होती. आपापल्या पलंगावर उठून मजेत गप्पा मारत बसली होती. आजीनं कमरेवर हात ठेवून सगळ्यांकडे जरा वेळ रोखून पाहिलं आणि मग म्हणाली, "काय मग? भरपूर झोप झाली ना? आता सगळ्यांनी उठा. चूळ भरा, दात घासा, हात तोंड धुवा; अंघोळी करा. मी

बरोबर बारा वाजता सर्वांना जेवायला वाढणार आहे, बरं का!''

आनंद सोडून बाकीची सगळी मुलं पटकन उठली. आनंद मात्र आजीकडे बघून हसत म्हणाला, ''मला जर कुणी दिवसभर अंथरुणात लोळायची परवानगी देणार असेल ना, तर मी दिवसभर उपाशीसुद्धा राहायला तयार आहे.''

''खरं की काय?'' आजी म्हणाली, ''ठीक आहे. मग आनंद सोडून बाकीच्या सगळ्यांनी आवरा पाहू. अंघोळ करून बाराच्या आत तयार राहा. मी बारा वाजता जेवायला वाढणार आहे आणि हो जे कुणी तयार न होता नुसतं अंथरुणात लोळत पडेल, त्याला दुपारची गोष्ट मात्र ऐकायला मिळणार नाही हं.'' मग ती चेहऱ्यावरचं हसू लपवत निघून गेली. आनंद कुठला उपाशी राहणार? त्याला तर खाण्याची सर्वांत जास्त आवड होती.

आनंद गप्प बसून होता. बाकीची मुलं उठून घाईनं आवरायला पळाली. कुणी दात घासू लागलं तर कुणी अंघोळीला पळालं. थोड्याच वेळात डोशांचा वास घरभर पसरला. आता सगळ्यांच्या तोंडाला पाणी सुटलं. मुलं स्वयंपाकघरात आजीच्या मदतीला धावली.

एव्हाना आनंदला एकट्याला खोलीत बसून कंटाळा आला होता. त्याला भूकही लागली होती. एकटा तरी बिछान्यात पडून काय करणार? मग तो गुपचूप जाऊन अंघोळ करून आला. आता त्याला मनातून जराशी धाकधूक वाटू लागली होती. आजीनं जर त्याचं म्हणणं खरं मानलं असलं आणि त्याच्या नावाचा डोसाच शिल्लक ठेवला नसला तर? आणि त्याची आजची गोष्ट जर बुडली तर? इतक्यात स्वयंपाकघरात हळूच डोकावून पाहणाऱ्या आनंदकडे आजीचं लक्ष गेलं. तिच्या चेहऱ्यावर हसू फुटलं. ती म्हणाली, ''तू अगदी त्या ब्रिजसारखाच आहेस.''

''हा ब्रिज कोण गं, आजी?''

मग मुलं आवडीनं डोसे खाऊ लागली आणि आजी त्यांना गोष्ट सांगू लागली.

~

''अ... गं... आऽऽऽ ईऽऽऽ गं...'' असं म्हणून ब्रिजनं कडकडून जांभई दिली, हातपाय ताणून झक्कपैकी आळस दिला आणि तो कूस पालटून परत झोपून गेला.

कोण होता हा ब्रिज? आळशीपणानं निवांत पडून मजेत सुट्टी घालवणारा श्रीमंत माणूस होता का तो? का दिवसभर काबाडकष्ट करून झाल्यावर

विश्रांती घेण्यासाठी पहुडलेला कष्टकरी माणूस? ब्रिज यांपैकी कुणीच नव्हता. खरंतर तो एक अत्यंत आळशी, रिकामटेकडा माणूस होता. आजपर्यंत तुम्ही त्याच्याइतका आळशी माणूस कुठेच पाहिलेला नसेल. तो दिवसचे दिवस नुसता अंथरुणात पडून घालवायचा. त्याला दाढी करायचासुद्धा आळस होता. त्यामुळे त्याची दाढी चांगली त्याच्या गुडघ्यापर्यंत वाढली होती. तो दिवसभर स्वत:ची दाढी कुरवाळत, कंगव्यानं विंचरत, स्वत:वर खूश होऊन बसलेला असे. त्याची आई त्याला हाका मारायची. त्याची बायको त्याच्यावर चिडचिड करायची; पण ब्रिज काही सुधारायला तयार नव्हता.

त्याच्यात आणि त्याची बायको शांती हिच्यात रोज हे असंच संभाषण व्हायचं.

"जरा विहिरीवरून पाणी घेऊन येता का? घरात अजिबात पाणी नाहीये."

"विहीर तर आटलेली आहे. त्यात पाणीच नाहीये."

"मग निदान तळ्यावरून तरी पाणी घेऊन येता का?"

"तळं किती लांब आहे. एक कळशीभर पाण्यासाठी मी इतक्या लांब नाही बुवा चालत जाणार."

"मग निदान तेवढे झाडावरचे नारळ तरी तोडा ना."

"अगं ते नारळ अजून किती कोवळे आहेत. आपण पुढच्या महिन्यात तोडू ना."

"मग निदान सुपारीच्या झाडावरून सुपाऱ्या तरी तोडून आणता का?"

"अगं सुपारी खाणं तब्येतीच्या दृष्टीनं चांगलं नसतं. तुला माहीत नाही का?"

"मग मला शेत नांगरायला तेवढी मदत तरी करा."

"किती गरम होतंय. या उन्हात माझी कातडी करपून जाईल. खरंतर तूसुद्धा या उन्हात तिकडे जाऊ नको."

"बरं, मग मी शेतावर गेले तर तुम्ही घराकडे लक्ष तरी ठेवाल का?"

"पण आपल्या घराकडे लक्ष ठेवण्यासारखं या घरात आहेच काय?"

हे असंच संभाषण बराच वेळ चालायचं. ब्रिजला कुणीही काही काम सांगितलं, तरी ते न करण्यासाठी त्याच्याकडे काही ना काही सबब असायचीच. एका गोष्टीचा मात्र त्याला अजिबात आळस नव्हता. तो म्हणजे खाण्याचा. त्याच्या बायकोनं जेवायला वाढलं, की लगेच तो पलंगावरून उडी मारून खाली उतरायचा आणि म्हणायचा, "अगं, तू इतक्या प्रेमानं माझ्यासाठी हा एवढा स्वयंपाक केला आहेस. त्याला न्याय देणं हे तर माझं कर्तव्यच आहे." आणि मग तो तिनं केलेलं सगळं अन्न बकाबका खाऊन टाकायचा.

संध्याकाळ झाली की ब्रिज पलंगावरून उतरायचा, आरशात बघून केस विंचरायचा, दाढी विंचरायचा आणि आपल्या उनाड मित्रांना भेटायला निघून जायचा. ब्रिज कधीच काही काम करत नसूनही त्याचं काहीच बिघडत नाहीये, सगळं अगदी सुरळीत चालू आहे हे पाहिल्यावर गावातल्या इतर अनेक तरुणांनीपण त्याचाच कित्ता गिरवायला सुरुवात केली. मग या सगळ्या आळशी, निरुद्योगी माणसांनी एक संस्था स्थापन केली. ते सगळे रोज संध्याकाळी एकत्र जमून गप्पा मारायचे. उनाडक्या करायचे. फुशारक्या मारणं आणि इतरांच्या पाठीमागे त्यांची निंदानालस्ती करणं, अफवा पसरवणं हे या लोकांचे आवडते उद्योग होते. आपल्या या सर्व उपक्रमांमुळे आपल्या सर्वांच्या सामान्यज्ञानात भर पडली आहे, अशी बढाईपण हे लोक मारायचे.

त्या सर्व आळशी लोकांचा ब्रिज नेता होता. त्यामुळे तो सर्वांत जास्त बढाया मारायचा, मोठमोठ्या आवाजात गप्पा मारायचा. एक दिवस त्यांच्या गप्पांचा विषय होता – सर्वांत जास्त आळशी माणूस कोण?

त्यांच्यात मनोज नावाचा एक माणूस होता. तो स्वतःला पर्यावरणतज्ज्ञ म्हणवून घेत असे. तो म्हणाला, "रोजच्या रोज अंघोळ करणं म्हणजे वेळ फुकट दवडणं आणि मौल्यवान पाण्याचा अपव्यय. त्यामुळे मी दर दोन दिवसांनी एकदा अंघोळ करतो. त्यामुळे मी पाण्याची केवढी बचत करतो."

सुरेश नावाचा माणूस स्वतःचं अतिथिगृह चालवत असे. तो म्हणाला, "मी झोपेतून उठल्यावर स्वतःचं अंथरूण कधीच आवरत नाही. नाहीतरी रात्र

झाली की परत आपल्याला त्याच अंथरुणात झोपायचं असतं ना?''

राजू नावाचा आचारी होता. तो म्हणाला, ''मी ज्या भांड्यात अन्न शिजवतो, थेट त्यातूनच घेऊन खातो. उगाच पानात वाढून घेण्याच्या भानगडीत पडत नाही. उगाच काम वाढतं. जास्त भांडी घासावी लागतात.''

सर्वांचं सांगून झाल्यावर ब्रिजची पाळी आली. 'आता मी या सर्वांवर मात करण्यासाठी वेगळं काहीतरी सांगितलं पाहिजे,' त्यानं विचार केला. मग तो म्हणाला, ''मी नेहमी अतिशय शांत असतो. माझ्या मनाचा समतोल कधीही ढळत नाही. मी तर पाणी वगैरे भरून ठेवण्याच्या भानगडीत कधीच पडत नाही. अगदी समजा माझ्या दाढीला जरी आग लागली, तरी मी त्यानं गांगरून जाणार नाही. मी खुशाल ती आग विझवण्यासाठी विहीर खणायला सुरुवात करेन, इतका मी थंड डोक्याचा आहे.''

या आळशी माणसांच्या अशा चर्चा चालू असतानाच एकीकडे गावात खरोखरची आग लागली. बघता बघता आग झपाट्यानं पसरली. त्यात इमारती जळल्या, गोठे, तबेले जळले, झोपड्या जळल्या, सगळीकडे मोठाले आगीचे लोळ उठले, आगीच्या ज्वाळांनी अख्ख्या गावाला वेढलं. आग विझवण्यासाठी पाण्याच्या शोधात गावकरी सैरावैरा धावत सुटले.

गावात चाललेला आरडाओरडा या आळशी माणसांच्याही अर्थातच कानावर पडला; पण त्यांच्यातल्या कुणीच उठून बाहेर येऊन काय चाललंय, हे बघण्याचे कष्ट घेतले नाहीत. ''काय झालं? काय झालं?'' असं ती आळशी माणसं एकमेकांनाच विचारू लागली.

''काही नाही,'' ब्रिज विषय बदलत म्हणाला. ''रोजचाच काहीतरी गोंधळ चालू असेल. आपल्याला काय करायचंय? बरं... पण आपण कशाबद्दल चर्चा करत होतो?''

एव्हाना ती आग पसरत त्यांच्या बसण्याच्या ठिकाणाच्या जवळ येऊन पोहोचली होती. त्यांना त्या आगीच्या झळापण जाणवू लागल्या होत्या. ब्रिजच्या मित्रांना आता घाम फुटला. ते सगळे फार अस्वस्थ झाले. अचानक त्या इमारतीच्या छपरानं पेट घेतला; पण ब्रिज म्हणाला, ''काळजी नका करू. लवकरच पाऊस येईल आणि ही आग विझून जाईल. तो पाहा वारा विरुद्ध दिशेला वाहतोय. त्यामुळे ही आग आपोआप विझेल. आपण सगळेच इतके थंड डोक्याचे आहोत. मग आपण आगीला कशाला घाबरायचं?''

पण आता मात्र त्याच्या मित्रांना तो प्रकार सहन होईना. ते आरडाओरडा करत, किंचाळत दारातून पळत बाहेर आले. ब्रिज इतका हट्टी होता, की तो आतच बसून राहिला. अखेर त्याची दाढी पेटली. त्याला आगीच्या झळा

लागल्या. मग तो घाबरून ओरडत सुटला, "वाचवा, मला वाचवा!"

"अरे, मग तू आता विहीर खणायला सुरुवात कर ना!" बाहेरून त्याचे मित्र ओरडून म्हणाले.

"अरे, जा... कुणीतरी तळ्यातून पाणी भरून आणा ना," ब्रिज कण्हत म्हणाला.

"तळं फार लांब आहे," बाहेरून लोक ओरडले. "अरे, आता पाऊस येईलच!" कुणीतरी पुष्टी जोडली.

आता आग प्रचंड भडकली होती. जिकडेतिकडे ज्वाळांचं तांडव सुरू होतं. ब्रिज स्वत:ला वाचवण्यासाठी घाबरून उड्या मारत होता, किंचाळत होता, इतक्यात त्याच्या अंगावर पाण्याचा लोंढा आला. कुणीतरी आगीवर पाणी ओतून ती आग विझवण्याच्या प्रयत्नात होतं.

ब्रिजचा स्वत:च्या नशिबावर विश्वास बसेना. 'आपल्याला कुणी बरं वाचवलं असेल?' तो मनात म्हणतच होता. मग त्यानं पाहिलं तर समोर पाण्याची बादली हातात घेऊन त्याची पत्नी शांती उभी होती. तिच्यासोबत इतर अनेक बायकाही होत्या. त्या सर्वांनी मिळून एकत्र मेहनत करून विहिरीचं पाणी शेंदून गावात पसरलेली आग अटोक्यात आणली होती. स्वत:ची घरं वाचवली होती. ब्रिजचे प्राण वाचवले होते.

~

अखेर ब्रिज धडा शिकला. आळशीपणा त्याच्या आता संकटात मदतीला आला नव्हता. 'आपण कोणत्याही परिस्थितीत थंड राहू शकतो,' या वल्गनाही फोल ठरल्या होत्या. मग त्यानं अर्धवट जळलेली स्वत:ची दाढी पूर्ण काढून टाकली आणि रोज मुकाट्यानं शांती सांगेल ते काम करू लागला, भरपूर अंगमेहनत करू लागला.

~

# दृष्टी तशी सृष्टी

अशीच एक आळसावलेली दुपार होती. तसं ऊन पडलेलं होतं; पण अचानक आभाळात ढग जमा झाले आणि पावसाच्या सरी आल्या. शरणनं दुपारी जेवताना कमीतकमी पंधरा पुऱ्या खाल्ल्या होत्या आणि तो भरल्या पोटी झोपून गेला होता. झोपेतून जागा झाल्यावर त्यानं खिडकीतून बाहेर पाहिलं, तर त्याला आकाशात इंद्रधनुष्य दिसलं. बाहेर स्वच्छ सूर्यप्रकाश पडला होता आणि पावसाची भुरभुर चालू होती. शरण धावत आजीच्या घरी आला आणि आपल्या मित्रमंडळींना मोठ्यांना हाका मारू लागला.

सुमा आणि कृष्णा बागेत खेळत होते. रघू आणि दिव्या पुस्तक वाचत होते. आनंद झोपला होता. पण शरणचा उत्साह काही वेगळाच होता. त्यानं प्रत्येकाला नावानं हाक मारत बोलावून घेतलं. ''आजी, आजोबा, सुमा, कृष्णा, रघू, आनंद, दिव्या... लवकर बाहेर या. हे बघा!'' सगळे घाईघाईनं काय झालं, ते बघायला बाहेर आले. मुलांनी आश्चर्यानं थक्क होऊन त्या इंद्रधनुष्याकडे पाहिलं. नेहमी शहरात राहत असलेल्या त्या मुलांनी एकरकमी इतकं मोठं पसरलेलं आभाळसुद्धा कधी पाहिलेलं नव्हतं. इथे आभाळ पाहताना

आडकाठी यायला उंच उंच इमारती नव्हत्या. आजी-आजोबांना मात्र त्या गोष्टीची काहीच नवलाई नव्हती. ते दोघं परत आपापल्या कामाला निघून गेले.

त्या संध्याकाळी दूध पिता पिता मुलांच्यात दुपारी पाहिलेल्या इंद्रधनुष्याची चर्चा झाली. ''इंद्रधनुष्यातले जे रंग असतात ना त्यांना आम्ही 'तानापीहिनिपाजा' म्हणतो,'' रघू म्हणाला.

''तुम्हाला माहीत आहे का, इंग्रजीत त्याला 'रेनबो' आणि संस्कृतमध्ये 'इंद्रधनुष्य'च म्हणतात.''

''कन्नडमध्ये त्याला 'कामनाबिल्लू' म्हणतात. म्हणजे 'कामदेव' नावाच्या देवाचं धनुष्य,'' शरणची आई म्हणाली.

''जुन्या काळी जर ऊन आणि पाऊस कधी एकत्र आले तर आम्ही म्हणायचो, कोल्ह्याचं लग्न लागणार आहे आणि आपल्याला जर तिथे पोहोचायचं असेल, तर इंद्रधनुष्याच्या पुलावरून जावं लागेल,'' आजी म्हणाली.

''सरतेशेवटी या सगळ्याचा अर्थ एकच. सूर्याचे किरण पावसाच्या थेंबात शिरले की सूर्यप्रकाशात समाविष्ट असलेले सातही रंग दिसू लागतात. आपण एखाद्या गोष्टीकडे ज्या दृष्टीनं बघतो ना, तशी ती गोष्ट आपल्याला दिसते,'' आजोबा म्हणाले.

आजीनं मान हलवून होकार दिला. ''आपण एखाद्या गोष्टीकडे पाहण्याचा आपला दृष्टिकोन बदलला, तर तीच गोष्ट आपल्याला वेगळीच दिसू लागते. आज मी तुम्हाला यावर आधारलेली एक गोष्ट सांगणार आहे.'' लगेच सगळ्यांच्या नजरा आजीकडे वळल्या.

~

एका भल्यामोठ्या नदीच्या काठी चितपूर नामक एक छोटंसं खेडं वसलेलं होतं. एक वर्षी पावसाळ्यात त्या गावी इतका प्रचंड पाऊस झाला की नदीला पूर आला. नदीचं पात्र पाण्यानं दुथडी भरून वाहू लागलं. मोठमोठ्या लाटा नदीच्या दोन्ही काठांवर आदळून फुटू लागल्या. मोठमोठे वृक्ष उन्मळून नदीच्या पात्रात पडले आणि वाहू लागले. घरंदारं पुरात वाहून गेली. गावकरी हवालदिल झाले. ते ईश्वराची करुणा भाकू लागले. कसंही करून या पावसाला थांबव, अशा ते ईश्वराच्या विनवण्या करू लागले.

अखेर काही दिवसांनंतर पाऊस ओसरला. लोक एक एक करत धीर करून घराबाहेर पडू लागले. आभाळही निवळलं. त्या गावात राहणारा एक मुलगा राजू हाही घराबाहेर पडून नदीच्या काठाकाठानं चालायला निघाला. तिथे

चालताना एक चमत्कारिक दृश्य त्याच्या नजरेस पडलं. त्याचा खरंतर स्वतःच्या डोळ्यांवर विश्वासच बसेना. त्यानं जोरजोरात डोळे चोळले. कुठून, कसा, कोण जाणे पण नदीच्या काठावर एक प्रचंड मोठा खडक आला होता. इतकंच नव्हे तर त्याचा आकार हुबेहूब गणपतीसारखा होता. त्याला सोंडसुद्धा होती. राजूनं ताबडतोब त्या गणेशाच्या मूर्तीसमोर लोटांगण घातलं.

''गणपती बाप्पानं आपल्या सर्वांची प्रार्थना ऐकली. त्यानं पाऊस थांबवला. इतकंच नव्हे तर तो स्वतः आपल्या सर्वांच्या भेटीला आला आहे,'' असं ज्याला त्याला राजू सांगत सुटला. तो गावातून पळत सुटला. त्याला कधी एकदा ही बातमी लोकांना सांगतो असं झालं होतं.

जरा वेळानं चेतन नदीकाठी फिरायला आला. तो एक शिल्पकार होता. तोही गेले कित्येक दिवस पाऊस थांबण्याची वाट बघत घरीच बसून होता. आता एकदाचं बाहेर पडायला मिळालं, म्हणून तो खूश झाला. अचानक त्याला काठावरचा तो खडक दिसला. त्याचा रंग अगदी त्याला हवा तसाच होता. तो बरीच वर्षं नदीच्या पात्रात असणार. पाण्यानं घासून तो बऱ्यापैकी गुळगुळीत झाला होता. त्यानं मनात एक संपूर्ण देखावा कोरण्याचा बेत केला होता. त्यासाठी त्याला अगदी हवा होता तसाच हा खडक होता. तो जवळजवळ उड्या मारतच घरी पोहोचला. छिन्नी, हातोडी व शिल्पकलेची इतर सामग्री घेऊन परत दगडापाशी जाण्याचा त्याचा बेत होता.

तो कोपऱ्यावरून वळला असेल नसेल तोच एक व्यापारी घोड्यावरून तिथे येऊन पोहोचला. घोड्याला तहान लागली होती. त्याला नदीचं पाणी पाजण्यासाठी व्यापारी घोड्यावरून खाली उतरला, त्याच्या नजरेलासुद्धा तो खडक दिसला. ''व्वा, किती भलामोठा दगड आहे!'' तो म्हणाला, ''आणि किती छान गुळगुळीत, सपाट आहे. यावर बसून जरा वेळ विश्रांती घ्यावी,'' असं म्हणून तो त्यावर बसला. त्याच्या सोबत त्याचे आणखी काही मित्रही प्रवासाला निघालेले होते. ते जरा मागे पडले होते. त्यांनाही बोलावून घ्यावं, त्यांनाही या दगडावर बसून विश्रांती घ्यायला नक्कीच आवडेल या विचारानं तो आपल्या मित्रांना शोधायला गेला.

इतक्यात तिथे अजित नावाचा एक सैनिक घोड्यावरून आला. त्यानं नदीच्या पात्रापाशी आपल्या घोड्याला सोडलं, पाण्यात उतरून हात, पाय, तोंड धुतले इतक्यात तो भला मोठा दगड त्याच्याही दृष्टीस पडला. तो स्वतःशी म्हणाला, ''हा किती मोठा दगड असा वाटेत पडलाय.

मी जरा माणसांना बोलावून हा बाजूला काढून घेतो. रस्त्यात असे अडथळे आले, की सेनेला वाटचाल करणं कठीण होऊन बसतं. मी ताबडतोब जाऊन माझ्या सेनापतीला बोलावून आणतो.'' असं म्हणून तो जवळच्या छावणीकडे निघाला.

त्यानंतर जरा वेळानं गावातला धोबी, भोलू नदीवर कपडे धुण्यासाठी आला. त्याच्या पाठीवर कपड्यांचं भलं मोठं गाठोडं होतं. बघतो तर काय, त्याच्या आवडीच्या धुण्याच्या जागी खूप मोठा घोळका जमा झाला होता. त्या सर्वांचं भांडण जुंपलं होतं. भांडणाचा विषय होता एक दगड! त्या घोळक्यातून वाट काढत पुढे होऊन भोलू मोठ्यांना ओरडला, ''तुमचं सगळ्यांचं हे काय चाललंय?''

त्यावर राजू म्हणाला, ''हा दगड नसून गणपती बाप्पा आहे. मी याची पूजा करणार.''

त्यावर चेतन आवाज चढवून म्हणाला, ''अजिबात नाही, या दगडात मी एका सुंदर देखाव्याचं शिल्प कोरणार आहे.''

त्यावर व्यापारी ओरडला, ''मुळीच नाही. मी आणि माझे मित्र या दगडावर बसून विश्रांती घेणार आहोत. ते सगळे आत्ता इथे येतीलच. ही जागा सगळ्यात आधी मी पकडली आहे.''

त्या वेळी अजित आपल्या सैनिकांना घेऊन तिथे आला आणि तो रस्त्यात मधोमध पडलेला दगड हटवून दूर करण्याच्या त्यांना सूचना देऊ लागला.

आता मात्र भोलूला हसू आवरेना. तो म्हणाला, ''पण हा दगड गेली कित्येक वर्षं असाच या जागी आहे. आधी याचा अर्धा भाग चिखलात रुतला होता. आता नुकत्या झालेल्या पावसानंतर तो चिखल वाहून गेला आणि त्यामुळे हा संपूर्ण दगड तुम्हाला दिसतो आहे.

आपल्या चितपूर गावचे आम्ही सगळे धोबी गेली अनेक वर्षं कपडे धुण्यासाठी या दगडाचा वापर करत आहोत. इथे चमत्कार वगैरे काहीही घडलेला नाही. आता तुम्ही सर्व जण इथून चालू लागा. मला खूप काम आहे.''

असं म्हणून भोलूनं आपल्याजवळचं कपड्यांचं गाठोडं उघडलं आणि तो कपडे निवडून वेगवेगळे करू लागला.

मग बाकीचे लोक काय करणार? तेपण कुरकुर करत आपापल्या उद्योगाला निघून गेले.

~

# रूपाची सुटका

आजी आणि विष्णू काकांच्या घरी माणसांची नुसती रीघ लागली होती. गावाचा उत्सव होता. त्या निमित्तानं जवळपास राहणारे मित्र आणि नातेवाईक शिग्गावला येऊन दाखल झाले होते. आजपर्यंत कधी न भेटलेले किंवा ज्यांची नावंसुद्धा आजवर कधी ऐकली नसतील असे लोक मुलांना येऊन भेटत होते. कुणीतरी येऊन म्हणे, ''अरे, मी तुझ्या वडिलांचा चुलत चुलत भाऊ.'' घरं भरून गेली होती. जिकडेतिकडे माणसं. नुसती धमाल. हसणं, खिदळणं. आपल्याला झोपायला स्वतंत्र खोली असावी, जेवताना काहीतरी खास आपल्या आवडीचा पदार्थ असावा, अशी कुणाचीच अपेक्षा नव्हती. सगळे एकत्र बसून पानात पडेल ते खात, जागा मिळेल तशा पथाऱ्या टाकून सगळे एकत्र झोपत. कुणी सतरंजीवर झोपे तर कुणाच्या वाट्याला गादी येई. कुणी पलंगावर तर कुणी जमिनीवर अंथरूण करून झोपे. हे आलेले पाहुणे इतक्या सहजतेनं घरात रुळलेले पाहून शहरी संस्कृतीत वाढलेल्या मुलांना आश्चर्य वाटलं. सकाळच्या वेळी सगळ्या स्त्रिया स्वयंपाकघरात पडेल ते काम करायच्या आणि संध्याकाळी रेशमी साड्या नेसून, नटूनथटून गावची जत्रा बघायला जायच्या.

खरंतर घरातले सगळेच उत्तमोत्तम कपडे घालून तयार होत आणि आजोबांनी प्रत्येकाला दिलेले दोनशे रुपये आपापल्या खिशात नाहीतर बटव्यात घालून जत्रेला जात.

ती जत्रासुद्धा अनोखी होती. मुंबईहून आलेली मुलं म्हणाली, "हे तर आमच्या मुंबईच्या जुहू चौपाटीसारखंच वातावरण आहे." दिल्लीची मुलं म्हणाली, "आमच्या 'जनपथ'वरपण अगदी अशीच गर्दी, गडबड असते." उरलेले काही जण म्हणाले, "हे तर आमच्या बंगळुरूच्या कारागा किंवा कालेकाई परिशेसारखं दिसतंय."

हे सगळं ऐकून मग विष्णू काकांनी सगळ्यांना समजावून सांगितलं, "प्रत्येक गावाचं एक ग्रामदैवत असतं. मग तो देव तरी असतो नाहीतर देवी तरी. आणि वर्षातून एकदा आम्ही थाटामाटात या दैवताची पूजा करतो. त्यामुळे इथे उरूस भरतो. केवळ खरेदी-विक्री करणं एवढंच त्याचं मुख्य उद्दिष्ट नसतं. मुख्य म्हणजे इथे लोकांच्या भेटीगाठी होतात. भेटवस्तूंची देवाणघेवाण होते, खाण्यापिण्याची चंगळ होते आणि सर्वांचाच वेळ चांगला जातो."

घरातले लोक गटागटानं या दुकानातून त्या दुकानात हिंडत होते. फोटो स्टुडिओमध्ये वाकून बघत होते, बांगड्या निरखत होते, चक्रात बसण्यासाठी रांगा लावून उभे राहत होते आणि नाचगाणी चाललेली पाहून टाळ्या वाजवत होते. मग अचानक कुणाच्यातरी लक्षात आलं, की सुमाचा कुठेच पत्ता नव्हता. मघाशी गर्दीत ती घरच्यांपासून वेगळी झाली होती, हरवली होती. आता ती कुठेच दिसत नव्हती. तिची आई रडू लागली. आजी तिची समजूत काढू लागली. आता विष्णू काकांच्या चेहऱ्यावरसुद्धा काळजी स्पष्ट दिसत होती. मुलं घाबरली होतीच पण तरीही त्यांना काहीतरी वेगळंच वाटत होतं, अंगात संचार झाल्यासारखं. हे तर अगदी त्या 'होम अलोन' सिनेमातल्यासारखंच घडत होतं. मग विष्णू काका घाईनं जत्रेतल्या तात्पुरत्या उभारलेल्या पोलीसबूथकडे निघाले. इतक्यात लाऊडस्पीकरवरून त्यांना अचानक सुमाचा आवाज ऐकू आला. "मी पोलीस स्टेशनमध्ये आहे. विष्णू आजोबा तुम्ही लवकर इकडे या आणि मला घेऊन जा!" अखेर सुमा सापडली. तिला पाहताच लगेच तिच्या आईनं तिला रागावण्यास सुरुवात केली. पण सुमाला त्याचं विशेष काही वाटलं नाही. ती म्हणाली, "मला ना अजिबात भीती वाटली नाही. गर्दीत जेव्हा माझी आणि तुमची ताटातूट झाली ना, तेव्हा मी सरळ पोलीस स्टेशनकडे गेले, आणि त्यांनाच घोषणा करायला सांगितलं."

सुमा अत्यंत धीट आणि हुशार मुलगी आहे असं सगळ्यांचंच मत झालं.

*मग त्या दिवशी आजीऐवजी विष्णू काकाच म्हणाले, "मुलांनो, आज मी तुम्हाला अशाच एका साहसी, हुशार मुलीची गोष्ट सांगतो. ही मुलगीपण सुमासारखीच धाडसी होती, बरं का. मी लहान असताना ही गोष्ट एका पुस्तकात वाचली होती."*

~

एका गावात एक रूपा नावाची हुशार मुलगी राहत होती. ती अनाथ होती. गावातल्या लोकांनीच तिला लहानाचं मोठं केलं होतं. ती खूप कष्टाळू, मेहनती होती. जरा मोठी झाल्यावर ती काम करून पोट भरू लागली. ती एकटीच राहायची. तिची काळजी घेणारं दुसरं कुणी नव्हतंच; पण तिला नेहमी वाटायचं, आपलं कुटुंब असावं, आपली स्वत:ची माणसं असावीत. तसे तिच्या शेजारपाजारचे सगळेच लोक तिच्यावर आपल्या मुलीसारखं प्रेम करायचे. तरीपण आपलं या जगात कुणीच नाही ही खंत तिच्या मनात होतीच.

बघताबघता रूपा सोळा वर्षांची झाली. एक दिवस ती शेजारपाजारच्या बायका-मुलींबरोबर नदीवर कपडे धुण्यासाठी गेली होती. येताना पाणीपण भरून आणायचं होतं. दिवाळी अगदी तोंडावर आली होती. सगळ्या जणी आनंदात होत्या. काही बायकांचे पती तर काही लहान मुलींचे वडील परगावी नोकरी करत. ते दिवाळीच्या निमित्तानं घरी येणार होते. येताना छान छान कपडे, भेटवस्तू घेऊन येणार होते. येते काही दिवस आता नुसती धमाल असणार होती. सगळेच त्या कल्पनेनं आनंदात होते.

फक्त रूपा तेवढी गप्प होती. तिला कोण नवे कपडे आणणार? नवीन भेटवस्तू आणणार? गावातले लोक तिच्याशी खूप कनवाळूपणे वागत हे जरी खरं असलं तरी त्यांच्या स्वत:च्याच घरची परिस्थिती इतकी काही चांगली नव्हती, तर ते तिला कुठून काही देणार? तिचीही तशी काहीच अपेक्षा नव्हती; पण आज मात्र सभोवती चाललेला हा गलका, हा आनंदी प्रसन्न चिवचिवाट पाहून तिला गप्प बसवेना.

"या वर्षी मलासुद्धा नवी साडी मिळणार आहे," तिनं आपली खास मैत्रीण रमा हिला सांगितलं.

रमा आणि इतर मुलींना ते ऐकून खूप आश्चर्य वाटलं. रूपाला कोण नवीन साडी आणणार? त्यावर ती म्हणाली, "माझे एक दूरचे काका आहेत. परवा मला त्यांचं पत्र आलं. ते एका खूप दूरच्या शहरात बरीच वर्षं नोकरी करत होते. माझे आईवडील गेल्याचं त्यांना कळलंच नाही. आता ते परत आले आहेत. ते मला दिवाळीत येऊन भेटणार आहेत. त्यांनी मला तसं कबूल केलं

आहे. ते येताना नक्कीच माझ्यासाठी काहीतरी भेट घेऊन येतीलच की,'' रूपा म्हणाली. हे सगळं तिच्या मनाचंच होतं. यातलं काहीच खरं नव्हतं, पण हळूहळू रूपानं तिखटमीठ लावून आपली ही गोष्ट सांगायला सुरुवात केली. या आपल्या काल्पनिक काकांविषयी तिनं लंब्याचौड्या बाता मारल्या. गावातले लोक तोंडात बोट घालून ऐकत राहिले. घरी गेल्यावरही ज्याच्या त्याच्या तोंडी हाच विषय होता. बिचारी रूपा इतकी वर्षं एकटी राहिली; पण अखेर आता तिचं नशीब उजळलं होतं.

बायकांचा घोळका बोलत बोलत दूर गेल्यावर भामटा भोलू एका झाडाआडून बाहेर आला. वेषांतर करायचं आणि एका नव्या जागी डल्ला मारायचा असा त्याचा विचार होता. तो खरंतर एका झाडाखाली बसला होता. पण बसल्या बसल्या त्याला तिथेच डुलकी लागली होती. त्याला जाग आली तेव्हा त्या बायकांच्या आपापसात गप्पा चालल्या होत्या. त्या त्यानं कान देऊन ऐकल्या. गावकऱ्यांबद्दल एखादी महत्त्वाची माहिती हाती लागली तर बरं, असा त्याचा विचार होता आणि त्याला खरोखरच त्या रूपाची हकिकत ऐकायला मिळाली. त्यानं लगेच झटपट योजनासुद्धा बनवली!

दिवाळीला थोडे दिवस राहिले की एक दिवस म्हाताऱ्याचा वेष करायचा आणि रूपाचा काका असल्याची बतावणी करत तिच्या दारात जाऊन उभं राहायचं त्यानं ठरवलं. ठरलेला दिवस उजाडताच काही भेटवस्तू, नवे कपडे, मिठाई इत्यादी सामान बरोबर घेऊन तो रूपाच्या दारात हजर झाला.
रूपा काहीतरी किरकोळ कामासाठी बाहेर गेलेली होती. घरात कुणीच नव्हतं. एका म्हाताऱ्याला तिची चौकशी करत आलेलं पाहून तिचे शेजारी बाहेर आले.

आपण रूपाचे दूरचे काका असून खूप वर्षांनी तिला भेटायला अत्यंत उत्सुक असल्याची बातावणी त्यानं अगदी व्यवस्थित केली. रूपा जेव्हा घरी परत आली तेव्हा एका वृद्ध माणसाच्याभोवती घोळका करून आपले शेजारीपाजारी बसल्याचं तिला दिसलं. तिनं ज्या काकांबद्दलची खोटी कहाणी रचून सर्वांना सांगितली होती, तोच काका आपण स्वत: असल्याचं तो माणूस सर्वांना सांगत होता.

रूपाला ते ऐकून धक्काच बसला. हे कसं काय घडलं असावं बरं? आपल्या मित्रमंडळींना, शेजाऱ्यापाजाऱ्यांना आपल्याबद्दल जरा सहानुभूती वाटावी म्हणून रूपानं ही दूरच्या काकांची कहाणी रचली होती आणि इथे चक्क खराखुरा माणूस तिचा काका म्हणून हजर होता. रूपाच्या एका शेजाऱ्यांनी इतकी वर्षं तिचा मायेनं संभाळ केला होता. ते तिला म्हणाले, "रूपा, अगं हे तुझे काका, भोलू. आपल्याला एक पुतणी आहे असं कळल्यावर ते लगेच तुला भेटायला आले आहेत बघ. तुला स्वत:च्या घरी नेऊन तुझा आपल्या मुलीप्रमाणे संभाळ करण्याची त्यांची इच्छा आहे. रूपा, तू खरंच खूप नशीबवान आहेस आणि तुझ्या बाबतीत इतकं चांगलं घडलंय याचा आम्हा सर्वांना फारच आनंद झालाय."

रूपानं आपल्या आजूबाजूला उभ्या असलेल्या लोकांकडे पाहिलं. सर्वांच्या चेहऱ्यावर खरोखर आनंद स्पष्ट दिसत होता. मग तिच्या मनात आलं, 'खरंच, आपण जर या काकांबरोबर गेलो, तर काय बिघडणार आहे?' मग तिनं जे काही थोडंफार किडूकमिडूक सामान होतं ते भरलं आणि आपल्या मित्रमैत्रिणींचा आणि शेजाऱ्यापाजाऱ्यांचा निरोप घेऊन ती भोलूबरोबर निघाली.

दोघं त्याच्या घरी पोहोचताच त्यानं आपलं म्हाताऱ्याचं सोंग उतरवलं आणि तरुण भोलू आपल्या नेहमीच्या वेषात तिच्या समोर उभा राहिला. त्याला पाहून रूपाला धक्काच बसला. 'अरे, बापरे! याच्या बोलण्यावर विश्वास ठेवून आपलं घर सोडून इकडे निघून येण्याचा केवढा मूर्खपणा आपण केला,' या विचारानं ती अस्वस्थ झाली. तो केवळ एक भामटा होता.

भोलूच्या घरात फक्त त्याची म्हातारी आईच तेवढी होती. बाकी कुणीच नव्हतं. तीही बहिरी आणि आंधळी होती. दुपारचं जेवण झाल्यावर भोलू फेरफटका मारायला घराबाहेर पडला. आपण रूपा नावाच्या मुलीला कसं हुशारीनं पळवून आणलंय याची चातुर्यकथा आपल्या मित्रांना सांगून बढाया मारण्याचा त्याचा बेत होता. रूपानंही दुपारचं जेवण घेतलं आणि मग झोप आल्याचं नाटक केलं. तिनं एकामागोमाग एक जांभया दिल्या, अंगाला आळोखेपिळोखे देऊन आळस दिला आणि भोलूच्या आईला म्हणाली, "मावशी, इतक्या मोठ्या प्रवासाचा मला फार शीण झाला आहे. मी आता थोडा वेळ झोपते. जर तुमचा मुलगा तेवढ्यात बाहेरून आलाच, तर त्याला सांगा, मला उठवू नको."

भोलूच्या आईनं मान हलवून होकार दिला; पण रूपाचं बोलणं तिला नीटसं ऐकूच गेलं नव्हतं. रूपा लगेच दुसऱ्या खोलीत गेली. तिथे तिनं भोलूच्या कपाटातून त्याचे कपडे काढून ते अंगात चढवले. जवळ सापडलेले थोडेसे पैसे घेतले. तिथे एक काठीपण होती. स्वतःचा बचाव करायला लागलीच तर असावी, म्हणून तिनं तीपण उचलली आणि तिथून पोबारा केला; पण जाण्यापूर्वी तिनं तिला देण्यात आलेल्या खोलीतील पलंगावर उश्या व्यवस्थित रचल्या. त्यावर स्वतःचा दुपट्टा अंथरला आणि वरून एक पांघरूणसुद्धा घातलं. खोलीत पुरेसा अंधार होताच, त्यामुळे दुरून पाहणाऱ्याला पलंगावर कुणीतरी स्त्री झोपली आहे, असंच वाटलं असतं.

भोलू संध्याकाळी खूप उशिरा घरी परतला. तेव्हा बाहेर काळोख झाला होता. रूपा तिच्या खोलीत झोपली असल्याचं त्याच्या आईनं त्याला सांगितलं. त्यानं खोलीत डोकावून पाहिलं. तिथे पलंगावर रूपाच झोपली आहे असा त्याचा समज झाला. असे कित्येक तास गेले. भोलू मधूनच रूपाच्या खोलीत डोकावून पाही आणि ती अगदी गाढ झोपलेली त्याला दिसे. अखेर बऱ्याच वेळानंतर काहीतरी गडबड असल्याची त्याला शंका आली.

आता तो सरळ खोलीत शिरून पलंगापाशी गेला. त्यानं चादर आणि दुपट्टा बाजूला केला आणि पाहतो तर काय – नुसत्या उश्या आणि चादरी! रूपा तर गायब झाली होती. तो धावतच बाहेर पडला आणि

येणाऱ्याजाणाऱ्याला विचारू लागला, ''तुम्ही काही वेळापूर्वी एका तरुण, सुंदर मुलीला या घराबाहेर पडताना पाहिलंत का?'' पण कुणीच पाहिलेलं नव्हतं. याचं कारण म्हणजे रूपानं भोलूचेच कपडे घालून माणसाच्या वेषात घरातून पळ काढला होता.

दरम्यान इकडे पायी पायीच कित्येक मैलांचं अंतर काटून रूपा एका वेगळ्याच गावात येऊन पोहोचली. तिथे ती कामाच्या शोधात इकडेतिकडे फिरू लागली. तिला एक विश्रांतिगृह दिसलं. त्यात ती शिरली. त्याच्या मालकानं तिला नोकरी दिली. आल्यागेल्यांची विचारपूस करायची, त्यांना त्यांची खोली दाखवायची, असं काम पुरुषवेष धारण केलेल्या रूपाला मिळालं. आता रूपानं रूपेश असं नाव घेतलं होतं. ती या कामावर खूश होती. पण त्या भोलूला चांगली अद्दल घडवल्याशिवाय पुन्हा काही गावात परत जायचं नाही, असा तिनं ठाम निर्धारच केला होता. त्याचा बंदोबस्त जर वेळीच केला नाही तर तो परत उपटेल आणि आपला काका असल्याचं नाटक करून आपल्याला जबरदस्ती घेऊन जाईल अशी भीतीसुद्धा तिच्या मनात होतीच.

त्यानंतर बऱ्याच दिवसांनी भोलू त्याच गावात उगवला. त्यानं ताबडतोब बाजारपेठेत जाऊन तिथल्या दुकानांमध्ये रूपाची चौकशी चालू केली. तो तिचं वर्णन करून येणाऱ्याजाणाऱ्यांना 'अशी मुलगी तुम्ही पाहिलीत का?' असं विचारू लागला. ही गोष्ट रूपाच्या कानावर आली. याला चांगला धडा शिकवण्याची वेळ आली आहे, हे तिच्या लक्षात आलं. रूपा जिथे काम करत होती, त्या विश्रांतिगृहातसुद्धा भोलू येऊन पोहोचला; पण ती पुरुषांच्या कपड्यात असल्यामुळे तिला त्यानं ओळखलं नाही. त्यानं तिच्याकडे रात्रीपुरती एका खोलीची मागणी केली. ती म्हणाली, ''मी आमच्या पोटमाळ्यावरच्या खोलीत तुमची छान सोय करतो. तिथे छान उबदार आहे. तुम्ही आरामशीर राहू शकाल. या खालच्या गजबजाटाचा तुम्हाला अजिबात त्रास होणार नाही.''

भोलूला ती कल्पना पसंत पडली. तो तिच्या पाठोपाठ पोटमाळ्यावरच्या खोलीकडे निघाला. एक मोठी खोली होती. त्या खोलीच्या मधोमध एक शिडी लावून ठेवली होती. पोटमाळ्यावर जाण्यासाठी त्या शिडीवर चढून जावं लागे. वर पोहोचल्यावर एक छोटंसं दार होतं. त्या दारातून पोटमाळ्यावर जाता यायचं. भोलू आनंदानं त्या शिडीवर चढून ते छोटंसं दार उघडून पोटमाळ्यावर जाऊन पोहोचलासुद्धा. तिथे पलंगावर छान गादी घालून ठेवलेलीच होती. मग तो पांघरुणात गुरफटून झोपी गेला.

मध्यरात्र झाल्यावर रूपानं पोटमाळ्याच्या खालच्या मोठ्या खोलीत शिरून अजिबात आवाज न करता शिडी उचलून नेली. मग तिनं खालून

पोटमाळ्याच्या दारावर मोठाल्या गोट्या फेकून मारायला सुरुवात केली. तसंच खालच्या खोलीच्या फरशीवर दाणदाण आवाज करत चालायला सुरुवात केली. भोलू दचकून उठला. खाली खोलीत एवढ्या मोठ्यांदा आवाज करत कोण चाललं होतं? तो जरा घाबरून ओरडत म्हणाला, ''क... कोण आहे तिकडे?''

त्यावर रूपा मुद्दामच पुरुषाचा आवाज काढून ओरडली, ''तुम्ही अजिबात घाबरू नका. बाहेर सैनिक आले आहेत. ते एका चोराच्या शोधात आहेत. तो चोर याच ठिकाणी लपलाय, असं त्यांचं म्हणणं आहे.''

आता मात्र भोलू मनातून चांगलाच घाबरला. आपण चोर आहोत, भामटेगिरी करत हिंडतो, हे या सैनिकांना कसं बरं कळलं? सैनिक आपला शोध नक्कीच घेत असणार, याची त्याला कल्पना होतीच. मग त्यानं तिथून पळ काढायचं ठरवलं. पोटमाळ्याचं दार उघडून त्यानं दोन्ही पाय खाली सोडले. बघतो तर काय, शिडीचा पत्ताच नाही. भोलू धापकन आवाज करून खाली पडला. त्यानं उठून उभं राहण्याचा प्रयत्न केला; पण जमिनीवर इतक्या भरमसाठ गोट्या पसरल्या होत्या, की तो तोल जाऊन परत पडला. तो जितके वेळा उठून उभं राहण्याचा प्रयन करत होता, तितके वेळा तो खाली पडत

होता. अखेर त्याचं डोकं भिंतीवर आपटलं आणि तो बेशुद्ध होऊन जमिनीवर कोसळला.

भोलूची ही फटफजिती रूपा दाराआड लपून बघतच होती. तिची योजना यशस्वी झाली होती. भोलू बेशुद्ध होताच तिनं त्याला फरपटत नेऊन एका भल्या मोठ्या पेटीत कोंबलं. त्याच्या अंगावर सुंदर रेशमी कापडाच्या घड्या ठेवून त्याला झाकून टाकलं. त्यानंतर तिनं ती पेटी ओढतओढत मुख्य दरवाज्यातून बाहेर रस्त्यावर आणली आणि स्वत:च्या पेटीशेजारी उभी राहिली.

थोड्याच वेळात एका बैलगाडीत बसून दोन उतारू तिथे आले. रूपेशच्या वेषात उभ्या असलेल्या रूपाला पाहून ते म्हणाले, ''या विश्रामगृहाचे तुम्हीच व्यवस्थापक आहात का?''

रूपानं मान हलवून होकार दिला.

''मग तुम्ही असे इथे का उभे आहात?'' ते म्हणाले. त्यावर रूपा मुद्दाम काळजीचा स्वर काढून म्हणाली, ''या विश्रांतिगृहाची सगळी व्यवस्था मीच बघतो. पण खरं म्हणजे आज सकाळीच मला आमच्या गावात एका लग्नासाठी जायचं होतं. पण इथे इतकं काम होतं की मला निघताच आलं नाही. त्यामुळे आता मी ही जड पेटी घेऊन माझ्या बैलगाडीची वाट बघत उभा आहे.'' मग ती मुद्दामच कुजबुजत्या स्वरात म्हणाली, ''मी लग्नासाठी प्रचंड खरेदी केली आहे. त्या सगळ्या भेटवस्तू या पेटीत आहेत. आता मी जर तिथे वेळेत पोहोचू शकलो नाही ना, तर सगळेच खूप निराश होतील.''

ते उतारूसुद्धा काही फार सरळ स्वभावाचे नव्हते. त्या दोघांनी एकमेकांकडे पाहिलं. दोघांच्याही मनात नेमका त्या वेळी एकच विचार आला असावा. ते म्हणाले, ''भाऊ, तू अजिबात काळजी करू नको. तू हवं तर आमच्या बैलगाडीतून तिकडे चल ना. पण त्याआधी तुमची ही जड पेटी आमच्या बैलगाडीत ठेव पाहू. आणि हो, आपण प्रवासाला निघण्यापूर्वी आमच्यासाठी थोडं प्यायला पाणी घेऊन येऊ का?''

रूपेश म्हणजेच रूपा स्वत:शीच हसली. ती पेटी ओढतओढत तिनं त्या बैलगाडीत नेऊन ठेवली. मग ती नदीवर पाणी आणायला गेली. तिची पाठ वळताच दोघा उतारूंनी तिच्या पेटीत काय आहे ते पाहिलं. त्यांना त्यात अतिशय सुंदर असं रेशमी कापड दिसलं. आपल्या हातात चांगलीच लूट आली आहे, असा मनात विचार करून त्यांनी आपली बैलगाडी जोरात सोडली आणि त्या पेटीसह पोबारा केला. बैलगाडी आणि ती भामटी माणसं दिसेनाशी झाल्यावर रूपा स्वत:शीच हसली. तिचा बेत यशस्वी झाला होता. ती लगेच कोतवालाकडे गेली आणि तिनं या चोरीची हकिकत त्याच्या कानावर घातली.

बैलगाडीतून पळून चाललेल्या चोरांचा आनंद गगनात मावत नव्हता. आपल्या हाती आयतंच भलं मोठं घबाड लागलेलं आहे. या कल्पनेनं ते स्वत:वरच खूश होते; पण त्यांचा हा आनंद फार काळ टिकला नाही. कारण जरा पुढे जाताच काही शिपाई त्यांच्या स्वागताला तयारच होते. 'आता काय करावं बरं?' चोरटे विचारात पडले. त्या वेळी त्यांची बैलगाडी नदीवरच्या एका पुलावरून जात होती. मग चोरट्यांनी गुपचुप ती अवजड पेटी नदीत ढकलून दिली. एक भला मोठा सुस्कारा सोडून ते पुढे निघाले.

भोलूचा अंत हा असा झाला. रूपा त्यानंतर स्वत:च्या मूळ गावी परत जाऊन आपल्या घरी पूर्वीसारखी एकटी राहू लागली; पण आता मात्र इथून पुढे कोणाही परक्या माणसावर असा विश्वास टाकायचा नाही, हा धडा तिनं घेतला.

~

"धाडसी सुमानंपण तेच केलं. ती जेव्हा संकटात सापडली, तेव्हा ती कोणाही परक्या व्यक्तीशी बोलली नाही. तिनं सरळ पोलीस चौकीत जाऊन पोलिसांची मदत मागितली. आपणसुद्धा संकटात असाच शांत डोक्यानं विचार करायला हवा," विष्णू काका शेवटी म्हणाले. हे सगळं कौतुक ऐकून सुमा हरखून गेली. घराकडे परत जाताना, भज्यांवर ताव मारताना आता तिला जास्तच गंमत येत होती.

~

# पाच चमचे मीठ

*एक दिवस सकाळच्या वेळी आजी आजोबांना म्हणाली, "अहो, आज आपल्या गावचा आठवडी बाजार आहे, तर तुम्ही मुलांना तिथे घेऊन जा ना. खेडेगावातला बाजार कसा असतो, ते मुलांना बघायला मिळेल. शिवाय घरात लागणाऱ्या गोष्टींची खरेदीसुद्धा तुम्हाला करता येईल."*

*आजोबा खरंतर या गोष्टीसाठी लगेच तयार होतील, असं आजीला वाटलं होतं; पण ते मात्र कबूल झाले नाहीत. ते म्हणाले, "अगं, पण या इतक्या सगळ्या मुलांना मी एकटा कसा काय आवरणार? आणि तेही आठवड्याच्या बाजाराच्या गर्दीत. त्या दिवशी त्या जत्रेत काय घडलं, आठवतंय ना? पण निदान तिथे पोलीस तरी मदतीला धावून आले. या आठवडी बाजाराच्या जागी तसं काही नसणार." त्याचं हे बोलणं आजीलासुद्धा पटलं. ही एक मोठीच अडचण होती खरी; पण मग तिला एक कल्पना सुचली. "आपण विष्णूपंतांना विचारू या का? त्यांनी जर त्यांच्या दामूला तुमच्याबरोबर मुलांवर लक्ष ठेवायला पाठवलं तर? मग तो मुलांची नीट काळजी घेईल."*

*हा दामू विष्णू काकांचा अगदी उजवा हातच होता. सगळ्यांनी त्याचं*

नावच मुळी 'भरवश्याचा दामू' असं ठेवलं होतं. तो सगळंच करायचा. मोटार चालवायचा. पिकाची देखभाल करायचा. हिशेब ठेवायचा. शिवाय विष्णू काकांचीपण जातीनं काळजी घ्यायचा. त्याच्याशिवाय विष्णू काकांना घर चालवणं अशक्यच होऊन बसलं असतं. शेतात तरी ते एकटे काय करणार होते? विष्णू काकांचा मुलगा आपल्या बायकोमुलांबरोबर दिल्लीला राहायचा आणि फक्त सुट्टीतच काकांकडे यायचा. त्यामुळे त्यांचा खराखुरा सोबती दामूच होता.

मग अखेर आजोबा, सात मुलं आणि दामू असे सगळे आठवड्याच्या बाजाराला जायला सज्ज झाले. दामूनं एक बेत आखला होता. "मुलांनो, आठवड्याचा बाजार इथून दोन किलोमीटरवर भरतो. आपण असं करू... आपण सगळे तिथे चालत जाऊ. फक्त आजोबांना तेवढं जाऊ दे रिक्शानं." हे ऐकून मुलं गांगरली. अरे बापरे! दोन किलोमीटर चालायचं? तेही एवढ्या टळटळीत उन्हात?

"शी! किती कंटाळा येईल?" रघू म्हणाला. पण दामूचा निर्धार पक्का होता.

"तुम्ही माझ्या बरोबर चला तर खरं. चालता चालता मी तुम्हाला इतक्या गंमतीदार गोष्टी सांगेन की तुम्ही ऊनपण विसरून जाल."

मग मुलं तयार झाली; पण मीनूची एक अट होती. "दामू अण्णा, तुम्ही जी गोष्ट सांगाल, ती खरी घडलेली असली पाहिजे हं."

हे ऐकूनसुद्धा दामूची तयारी होतीच. तो म्हणाला, "हो. मी तुम्हाला माझ्याच स्वत:च्या बहिणीची गोष्ट सांगतो. 'भरवश्याचा दामू' हे माझं नाव कशामुळे पडलं, तेही तुम्हाला कळेल. माझी बहीण खूपच विसराळू आणि वेंधळी होती. त्यामुळे तिच्या बाबतीत एक गोष्ट घडली. तेव्हापासून मी मनाशी ठाम ठरवलं, आपण असं विसराळू कधीच नाही व्हायचं."

मग त्यानं त्याची गोष्ट सांगायला सुरुवात केली.

~

"गीता, तू कुठे आहेस गं? जरा जवळच्या औषधांच्या दुकानात जा आणि माझ्यासाठी ही औषधं घेऊन ये." गीताचे आजोबा तिला हाक मारून म्हणाले. पण गीता होती कुठे? ती तर बिछान्यात लोळत पडली होती. बराच वेळ तिनं आजोबांच्या हाका ऐकूच आल्या नाहीत असं दाखवलं. ती वाचत असलेलं पुस्तक फारच रोमहर्षक होतं. शिवाय बाहेर इतकं ऊन होतं, की तिची त्या उन्हात घराबाहेर पडायची मुळीच इच्छा नव्हती.

"गीता!" आता मात्र तिच्या आईनं तिला हाक मारली. शेवटी जोराचा नि:श्वास टाकून ती अंथरुणातून उठली आणि काय काम आहे ते बघायला गेली. तिच्या आजोबांनी तिच्या हातात काही पैसे ठेवले आणि म्हणाले, "आज सकाळी उठल्यापासून माझं डोकं खूप दुखतंय गं. तू माझ्यासाठी ही औषधं आणशील?"

गीता त्यांनी दिलेले पैसे घेऊन औषधाच्या दुकानाकडे निघाली. वाटेत तिला एक मिठाईचं दुकान दिसलं. दुकानात छानपैकी गुलाबजाम, लाडू, जिलब्या मांडून ठेवल्या होत्या. तिला भूक लागली. तिला तो खाऊ खाण्याची इच्छा झाली. आजोबांचं काम विसरून ती त्या दुकानात शिरली आणि त्या मिठाईकडे बघू लागली. इतक्यात तिची एक मैत्रीणपण तिकडून चालली होती. तीसुद्धा गीताला पाहून त्या दुकानात शिरली. मग काय, दोघींच्या गप्पा रंगल्या. गीता बिचाऱ्या आजोबांच्या डोकेदुखीविषयी, त्यांच्या औषधाविषयी सगळं विसरून गेली. बघताबघता दुपार टळून संध्याकाळ झाली. औषधाचं दुकान बंदसुद्धा झालं. मग अचानक आपण कशासाठी घराबाहेर पडलो होतो ते गीताला आठवलं. ती गडबडीनं घरी परत आली. तिचे आजोबा तिच्यावर खूप चिडले होते. "गीता, तू मोठी कधी होणार गं? तुला जबाबदारीची जाणीव कधी येणार?" ते एक मोठा सुस्कारा टाकून म्हणाले.

गीताला खूप वाईट वाटलं; पण तिनं आपलं वागणं त्यानंतर सुधारलं का? नाही. अजूनही ती तशीच होती. विसरभोळी. वेंधळी. कधीकधी बाहेरच्या अंगणात तारेवरती वाळत असलेले कपडे घरात आणण्याचं काम तिची आई तिला सांगायची. तर गीताला दुसऱ्या दिवशी सकाळी त्याची आठवण यायची. पण नेमका रात्रीत पाऊस पडलेला असायचा आणि कपडे सगळे चिंब भिजलेले असायचे. एक दिवस असाच तिला तिच्या बहिणीचा पोळीभाजीचा डबा शाळेत नेऊन पोहोचवायचा होता. ती जायला तर निघाली; पण वाटेत तिला सर्कसचा तंबू दिसला. झालं. ती संपूर्ण सकाळ गीतानं त्या सर्कसच्या तंबूभोवती घुटमळत घालवली. प्राण्यांना खायला कसं घातलं जातं, त्यांना वेगवेगळ्या ट्रिक्स कशा शिकवण्यात येतात हे सगळं ती उत्सुकतेनं बघत बसली. अखेर दुपार झाल्यावर तिच्या स्वत:च्याच पोटात जेव्हा कावळे ओरडू लागले तेव्हा तिचं लक्ष हातातल्या डब्याकडे गेलं. मग तिच्या लक्षात आलं, आपली बहीण आज शाळेत उपाशीच राहिली असेल आणि आता घरी परत गेली असेल.

असंच आणखी एकदा तिच्या वडिलांना कामावर जायला उशीर झाला होता. त्यामुळे त्यांनी गीताला त्यांच्या शर्टला इस्त्री करून द्यायला सांगितलं. गीतानं शर्ट घेतला आणखी इस्त्री करण्यासाठी तो खिडकीजवळच्या टेबलावर

पसरून ठेवला. इतक्यात समोरच्या रस्त्यावरून आंबेवाला आंबे विकायला निघालेला तिच्या नजरेस पडला. केवढे मोठाले रसाळ आंबे होते त्याच्या पाटीत. झालं. गीता शर्टाला इस्त्री करण्याचं विसरून त्या आंब्यांकडे टक लावून बघत बसली. आता याला हाक मारून यातला कोणता बरं आंबा विकत घ्याव, अशा विचारात ती गढून गेली. जरा वेळानं शर्ट जळल्याचा वास आला, धूर सुटला. मग तिनं मागे वळून पाहिलं तर शर्टाला एवढं मोठं भोक पडलं होतं. तेव्हा मात्र तिचे वडील तिच्यावर फार चिडले.

ह्या गोष्टीला काही दिवस लोटले. त्यानंतर गीतानं एक दिवस शाळेतून घरी आल्यावर सांगितलं, ''उद्या आमच्या वर्गाची सहल जाणार आहे. आमच्या शिक्षकांनी प्रत्येक विद्यार्थ्याला घरातून एक एक पदार्थ करून आणायला सांगितलाय. पूर्ण वर्गाला पुरेल एवढा.'' वर्गात कुणी काय आणायचं याची चर्चा चालू असताना गीतानं सांबार आणायचं कबूल केलं होतं. आपल्या आईच्या हातचं सांबार गीताला फार आवडायचं, तिला आईच्या स्वयंपाकाचा खूप अभिमान होता. आपल्या मैत्रिणींनी आईच्या हातचं सांबार खावं अशी तिची इच्छा होती. आईनं संपूर्ण वर्गाला पुरेल एवढं सांबार बनवून द्यायचं कबूल केलं. त्या रात्री गीता खूप आनंदात झोपी गेली. रात्रभर तिला त्यांच्या सहलीचीच स्वप्नं पडत होती.

दुसऱ्या दिवशी पहाटे लवकर उठून आईनं सांबार बनवण्याची सगळी तयारी केली. वरण शिजवून घेतलं. मग त्यात सांबारमसाला, भाज्या, नारळ असं सगळं घालून पातेलं चुलीवर उकळत ठेवलं. लवकरच त्याचा अत्यंत सुंदर वास घरभर सुटला. त्या वासानं गीता जागी झाली. मग आई तिला हाक मारून म्हणाली, ''गीता ऊठ. हे बघ, सांबार तयार झालं आहे. मी जरा देवळात निघाले आहे. एक काम कर, जरा वेळानं त्यात मोजून पाच चमचे मीठ तेवढं घाल आणि विसरू नको, बरं का. आता ऊठ आणि झटपट तयार हो पाहू.''

असं म्हणून आई घराबाहेर पडली. गीताची आजी, म्हणजे गीताच्या आईची सासू शेजारच्या खोलीत होती. तिनं हे बोलणं ऐकलं आणि ती स्वत:शीच पुटपुटली, ''ही मुलगी किती विसरभोळी आहे हे हिच्या आईला लक्षात नाही वाटतं? एकसुद्धा काम आठवणीनं करत नाही. ती नक्की मीठ घालायला विसरेल, मग मित्रमैत्रिणी तिची चेष्टा करतील. त्यापेक्षा आधीच काळजी घेतलेली बरी,'' असं म्हणत ती उठली आणि सांबाराच्या पातेल्यात पाच चमचे मीठ घालून आली.

गीताचे आजोबा बाहेरच्या पडवीत पेपर वाचत बसले होते. काही

दिवसांपूर्वी आपलं डोकं दुखत असताना आपण जेव्हा गीताला औषधं आणायला पाठवलं होतं, तेव्हा ती कशी वागली होती, ते त्यांच्या चांगलंच लक्षात होतं. ''गीता... आणि सांगितलेलं काम आठवणीनं करणार? झालं,'' असं ते स्वतःशी पुटपुटत आले आणि स्वयंपाकघरात गेले. चुलीवर उकळत असणाऱ्या सांबारात मोजून पाच चमचे मीठ घालून ते परत आपल्या खुर्चीवर येऊन बसले.

गीताची बहीण आतल्या बाजूला वेणी घालत होती. आपल्याला गीता डबा द्यायला कशी विसरली आणि मग आपल्याला दिवसभर कसा उपास घडला, ही गोष्ट ती विसरली नव्हती. आजही गीता सांबारात मीठ घालायला नक्की विसरेल आणि मग शाळेत सगळे तिची चेष्टा करतील अशा विचारानं स्वतःच स्वयंपाकघरात जाऊन तिनं सांबाराच्या पातेल्यात मोजून पाच चमचे मीठ घातलं.

गीताचा भाऊ झोपेतून उठून दात घासत होता. आईनं गीताला दिलेली सूचना त्याच्या कानावर पडली होतीच. गीताचा विसरभोळेपणा त्यालाही चांगला माहीत होता त्यामुळे तोसुद्धा त्या सांबारात पाच चमचे मीठ घालून आला.

गीताचे वडील स्वतःच्या शर्टाला काळजीपूर्वक इस्त्री करत होते. इतरांप्रमाणेच त्यांनीही स्वयंपाकघरात जाऊन सांबारात पाच चमचे मीठ घातलं.

जरा वेळानं गीता उठली. आणि आश्चर्य म्हणजे आज आईची सूचना

तिच्या चक्क लक्षात होती. त्यामुळे तिनं आठवणीनं सांबारात पाच चमचे मीठ घातलं. नंतर आई देवळातून परत आली. तिनं ते सांबार एका मोठ्या डब्यात भरून गीताजवळ दिलं आणि तिला सहलीला पाठवलं.

सहलीला गेल्यावर मुलं मजेत होती. नुसती हुंदडत होती. वेगवेगळे खेळ खेळत होती. अखेर सर्वांना दमल्यामुळे भूक लागली. भराभरा ताटल्या, वाट्या, चमचे बाहेर निघाले. सगळे जेवायला बसले. भात, चटण्या, भाज्या, पुऱ्या अशा वेगवेगळ्या फराळाच्या पदार्थांची नुसती रेलचेल होती. सर्वांनी वाट्या भरभरून सांबार वाढून घेतलं; पण ज्या कुणी पहिला सांबाराचा चमचा तोंडात घातला, ते सगळे ओरडू लागले. ''शी... याक... थू... किती खारट!'' गीताला तर काहीच कळेना. मग तिनं स्वत:च्या भातावर सांबार वाढून घेऊन एक घास खाल्ला. इतकं वाईट लागत होतं ते. आईनं जणूकाही मिठाचा अख्खा डबा त्यात ओतला होता की काय? पण मग गीताला आठवलं. तिच्या आईनं तर स्वत:च्या हातांनी सांबारात मीठ घातलंच नव्हतं. मीठ तर गीतानंच घातलं होतं. मग नक्की काय बिघडलं होतं बरं?

संध्याकाळी गीता घरी परतली. गीताची सहल कशी झाली, तिथे काय काय गंमती घडल्या हे ऐकायची सर्वांनाच उत्सुकता होती. पण हे काय? गीता हात, पाय आपटतच घरी परत आली. तिचा चेहरा रडवेला दिसत होता. ती फुरंगटली होती. नक्की काय घडलं होतं?

गीता सर्वांवर मोठ्यांदा ओरडून म्हणाली, ''तुमच्यापैकी कुणी सांबारात मीठ घातलं होतं?''

''मी घातलं होतं,'' आजी म्हणाली.

''मीसुद्धा घातलं,'' आजोबा म्हणाले.

''अरे! मीठ तर मीही घातलं,'' वडील म्हणाले.

''आणि मीसुद्धा,'' भाऊ म्हणाला.

''आणि मी,'' बहीण ओरडून म्हणाली.

सर्व जण एकमेकांकडे हताशपणे बघू लागले. गीता का वैतागली

असणार हे सर्वांना उमगलं. त्या खारट सांबारामुळे शाळेत तिची छीथू झाली असणार!

"पण तुम्ही सगळ्यांनी मीठ का घातलं? ते काम तर अम्मानं मला सांगितलं होतं ना?" ती रागावून रडत म्हणाली.

"बेटा, अगं तुला कोणतंही काम सांगितलं तरी ते तू नीट करत नाहीस. नेहमी विसरतेस. मग आम्हाला वाटलं, कदाचित तू सांबारात मीठ घालायला विसरशील," सगळे खिन्नपणे म्हणाले.

आता आईनं तिला जवळ घेऊन तिचे डोळे पुसले. "हे बघ, हे सगळं कशामुळे घडलं? तुला एखादी गोष्ट अनेक वेळा सांगूनसुद्धा तू ती करशीलच, अशी कुणालाच खात्री वाटत नाही. मला आता एक वचन दे बघू. इथून पुढे तू अगदी जबाबदारीनं, काळजीपूर्वक वागशील आणि आमचा सगळ्यांचा विश्वास संपादन करशील."

गीतानं नाक पुसत मान हलवली. त्यानंतर मात्र ती खरोखरच कामाच्या बाबतीत एकदम काटेकोर बनली. त्यानंतर तिनं आपल्या मित्रमंडळींच्या खूप मिनतवाऱ्या करून अखेर त्यांना आपल्या घरी जेवायला येण्यासाठी राजी केलं. सर्वांनी तिच्या घरी येऊन तिच्या आईच्या हातच्या चविष्ट स्वयंपाकाचा, विशेषत: सांबाराचा समाचार घेतला. इतकं सुंदर, चवदार सांबार आजवर कधीच न खाल्ल्याचं सगळ्यांनी तिला सांगितलं.

~

ही गोष्ट संपेपर्यंत मुलं आठवडी बाजाराच्या जागी येऊन पोहोचली होती. सगळीकडे भाज्या, मेवा, मिठाई, फुलं अशा गोष्टींचे ढीग लागले होते. शिवाय बकऱ्या, गाई, म्हशी, मासे, कोंबड्या, अंडी अशा गोष्टीसुद्धा

*विक्रीसाठी ठेवण्यात आल्या होत्या. शेंगदाणे, बदाम, पिस्ते, अक्रोड, वेलची आणि इतर मसाल्याच्या पदार्थांचा वास वातावरणात भरून राहिला होता. जत्रेत लोक नुसती मजा करायला आले होते; पण इथे मात्र तसं नव्हतं. इथे सगळीकडे जोरात घासाघीस चालू होती, वस्तूंची खरेदी-विक्री चालू होती. सगळेच गडबडीत होते. फळं आणि भाज्या ताज्या दिसत होत्या. फुलं तर नुक्ती बागेतून तोडून आणल्यासारखी वाटत होती.*

*फळांच्या विक्रेत्यानं आजोबांना पाहिलं. तो म्हणाला, "नमस्ते, मास्तरजी. अरे वा! तुम्ही तुमच्या नातवंडांना घेऊन आला आहात वाटतं. सगळे इकडेच भेटले. बरं वाटलं." मग त्यानं प्रत्येक मुलाच्या हातात एकेक आंबा ठेवला. आजोबांनी त्याला पैसे देऊ केले; पण तो ते घ्यायला तयार होईना. तो म्हणाला, "हे पहा. तुम्ही माझे शिक्षक होता. मग मी तुमच्या नातवंडांना भेट म्हणून साधे आंबे देऊ शकत नाही? आणि तसेही हे आंबे माझ्या बागेतलेच आहेत. मी काही ते विकत आणलेले नाहीत." त्याचा तो प्रेमळ स्वभाव आणि ते गोड बोलणं पाहून मुलंसुद्धा खूश झाली. दिवस मजेत गेला. सर्व जण संध्याकाळी अत्यंत आनंदात घरी परतले.*

~

# ऋतूंना त्यांचा हिस्सा कसा मिळाला?

*त्या* दिवशी हवेत जरा जास्तच उकाडा होता. तशात वीज गेली होती. मुलं घरीच घाम पुसत, कुरकुरत बसून होती. "आजोबा, तुम्ही इथे विजेशिवाय कसं राहता?" रघू म्हणाला. "मुंबईला आमच्याकडे जरी वीज गेली ना, तरी जनरेटर आपोआप सुरू होतो. वीज गेल्याचं आमच्या तर लक्षातसुद्धा येत नाही." आजोबा मुलांच्या घामेजलेल्या चेहऱ्यांकडे पाहून म्हणाले, "ठीक आहे. आज मी तुम्हाला अशी एक जागा दाखवतो, ती तुमच्या घरच्या एसी रूमएवढीच थंड असते. आणि ती जागा विजेशिवाय तेवढी थंड राहू शकते. चला बरं, चटई घ्या आणि माझ्याबरोबर चला."

मग मुलांची उत्सुकता ताणली. आजोबा बागेत शिरून चालत पलीकडच्या बाजूला गेले. एका कोपऱ्यात कडुनिंबाचं झाड होतं. आजोबांनी मुलांना झाडाच्या सावलीत चटई अंथरून त्यावर झोपायला सांगितलं. झाडाखाली खरोखरच छान थंडगार वाटत होतं. सगळे आरामात झाडाखाली उताणे पहुडले आणि वाऱ्यानं हलणाऱ्या पानांकडे, फांद्यांकडे पाहू लागले. बंद खोलीत झोपण्यापेक्षा इथे असं झाडाखाली झोपण्यात कितीतरी मजा येत होती.

*आजोबांनी एक जुनी आरामखुर्ची ओढत झाडाच्या सावलीत आणली आणि त्यावर बसून ते डोळे मिटून डुलक्या घेऊ लागले. मग म्हणाले, ''म्हणून तर मला उन्हाळा इतका आवडतो. मुलांनो, तुम्हाला सगळ्यात जास्त कोणता ऋतू आवडतो?''*

*आनंद लगेच म्हणाला, ''मलासुद्धा उन्हाळाच आवडतो. कारण शाळेला सुट्टी असते. आपल्याला आंबे खाता येतात, आइस्क्रीम खाता येतं. शिवाय पोहायलासुद्धा जाता येतं.''*

*''मला नाही उन्हाळा आवडत. मला हिवाळाच आवडतो. हिवाळ्यात आपल्याला रंगीबेरंगी स्वेटर्स घालता येतात, वेगवेगळी फळं खायला मिळतात. घरातपण छान वाटतं. उबेत बसायला मजा येते. गरम सूप पिता येतं, हॉट चॉकलेट पिता येतं.'' कृष्णा म्हणाली.*

*''मला हिवाळा मुळीच आवडत नाही. थंडीनं माझा कान दुखतो. त्यापेक्षा मला ना पावसाळाच जास्त आवडतो. पाऊस पडला की सगळं किती छान दिसतं... स्वच्छ, ताजं, टवटवीत.'' मीनू म्हणाली.*

*''तुझं काय म्हणणं आहे रघू? तू का असा गप्प बसून आहेस?'' आजोबा म्हणाले.*

*''मला तर सगळेच ऋतू आवडतात. फक्त तुम्ही आणि आजी सतत माझ्या जवळ असलात, तरच!''*

*आजोबा हसले. ''हे पाहा प्रत्येक ऋतूला स्वत:चं वेगळं सौंदर्य असतं आणि प्रत्येक ऋतूचा विशिष्ट उपयोग असतो.''*

*''हे कसं काय?'' मुलं म्हणाली.*

*''मी तुम्हाला एक गोष्ट सांगतो. एकदा सगळे ऋतू आपापसात भांडायला लागले आणि मग जे काही घडलं, त्याची गोष्ट.''*

~

देवानं पृथ्वी निर्माण केली. त्यानंतर जरासं दूर जाऊन त्यानं तिच्याकडे नीट निरखून पाहिलं. त्यानं त्या पृथ्वीवर जीवसृष्टी, मानवप्राणी, इतर पशू, वृक्ष, समुद्र असं सगळं काही निर्माण केलं. एकूण फारच सुंदर ठिकाण होतं ते. पण तरीही त्यात कशाचीतरी कमतरता होतीच. त्यानं त्यावर खूप विचार केला. त्यानंतर त्यानं सहा भावंडांना बोलावून घेतलं. दिवस, रात्र, उन्हाळा, हिवाळा, पावसाळा आणि वारा. मग त्यानं त्या सर्व भावंडांना खाली पृथ्वीवर पाठवलं आणि पृथ्वीवर नांदणाऱ्या सृष्टीचं जगणं सुखाचं करण्यासाठी मदत करण्याची जबाबदारी त्या भावंडांवर टाकली. देव त्यांना म्हणाला, ''तुम्ही सर्वांनी मिळून

पृथ्वीवर अन्नधान्य पिकेल आणि तेथील जीवांचं आयुष्य सुखावह होईल, असं बघा. मी काळाचे दोन भाग केले आहेत. चोवीस तास आणि ३६५ दिवस. आता हा काळ तुम्ही सर्वांनी मिळून आपापसात अशा प्रकारे वाटून घ्या, की पृथ्वीवर राहणाऱ्या लोकांना जे काही गरजेचं असेल, ते त्यांना मिळेल.''

सहाच्या सहा भावंडांनी आज्ञाधारकपणे मान हलवली; पण देवाची पाठ फिरताच सर्व जण आपापसात भांडू लागले.

पृथ्वीवर जेवढा काळ होता त्यातला जास्तीत जास्त हिस्सा प्रत्येकाला स्वत:साठी हवा होता. दिवस आणि रात्र या दोघांनी प्रत्येकी चोवीस तास घेतले. पण ऋतू मात्र भांडतच सुटले. उन्हाळा वयानं सर्वांत मोठा होता. तो म्हणाला, ''मी पृथ्वीवर गेल्यावर पहिले ३६५ दिवस राहणार.''

त्यावर पावसाळा म्हणाला, ''पण मी जर माझं तोंडच दाखवलं नाही, तर सगळी पृथ्वीच नष्ट होईल. त्यामुळे तुझ्यानंतर लगेच मी तिथे जाईन.''

हिवाळा म्हणाला, ''पावसाळा संपला, की मी झाडांना बहरण्यास मदत करणार. त्यामुळे त्यानंतर मी जाणार.''

वारा त्यामानानं लहानच होता. त्यामुळे त्याच्याकडे कुणीच लक्ष दिलं नाही. मग सगळ्यात शेवटी जायची संधी त्याला मिळाली.

अशा रीतीनं पृथ्वीवर जीवसृष्टीची सुरुवात तर झाली. सुरुवातीला पृथ्वीवर सलग चोवीस तास दिवस होता. त्यानंतर सलग चोवीस तास रात्र झाली.

उन्हाळा पूर्ण वर्षभर राहिला. सुरुवातीला पिकं चांगली वाढली. पण थोड्याच काळात पृथ्वी प्रचंड गरम झाली. लोकांना जगणं असह्य होऊन बसलं. कोणाला काही काम सुचेना. सगळीकडचं पाणी आटून गेलं. मग पृथ्वीवरच्या लोकांनी उन्हाळ्याकडे दया याचना करून त्याला जायला सांगितलं आणि उन्हाळ्याच्या वास्तव्याचं एक वर्ष पूर्ण होण्याआधीच त्याला पृथ्वी सोडून जावं लागलं.

त्यानंतर पावसाची पाळी होती. पाऊस जेव्हा कोसळू लागला तेव्हा गरमीपासून सुटका झाल्याबद्दल जिकडेतिकडे आनंदाचं वातावरण पसरलं; पण काही काळातच तळी, नद्या, समुद्र काठोकाठ भरून वाहू लागले. जिकडेतिकडे पूर आला. अतिवृष्टीमुळे पिकांचं नुकसान झालं. थोड्याच दिवसांत अन्नधान्य संपलं. लोकांवर उपाशी मरण्याची पाळी आली. मग लोकांनी पावसाची करुणा भाकली. त्याला थांबण्याची विनंती केली. अखेर पावसानं बाजूला होऊन हिवाळ्याला जागा करून दिली.

मोठ्या सुटकेच्या आनंदात लोकांनी हिवाळ्याचं स्वागत केलं. आता तप्त उन्हाळाही नव्हता आणि कोसळणारा पाऊसही नव्हता. पण जसजसा काळ जाऊ लागला, तसे लोक आजारी पडू लागले. त्यांना सारखी सर्दी होऊ

लागली. पुरेशा सूर्यप्रकाशाअभावी झाडं मरू लागली. मग लोकांनी प्रार्थना केल्यावर हिवाळ्यालासुद्धा काढता पाय घ्यावा लागला.

आता होती वाऱ्याची पाळी. सोसाट्याचा वारा सुटू लागला. पहिले काही दिवस लोकांनी ते सहन केलं. त्यानंतर मात्र त्यांना घराबाहेर पाऊलसुद्धा टाकण्याची भीती वाटू लागली. मोठमोठे वृक्ष उन्मळून पडले. घराची छपरं उडून गेली आणि एकूण सर्वत्र हल्लकल्लोळ माजला.

आपण सर्वांनी मिळून या पृथ्वीवर जे काही केलं आहे ते पाहून परमेश्वर आपल्यावर संतापणार आहे हे सगळ्या भावंडांच्या लक्षात आलं. मग त्यांनी आपलं वागणं बदलायचं ठरवलं. प्रत्येकानं एक एक पूर्ण वर्ष ताब्यात घेण्याऐवजी त्या वर्षाचं योग्य विभाजन करून तुकड्यातुकड्यानं सर्वांनी ते वाटून घेण्याचा निर्णय झाला. पण परत वारा पडला. सगळ्यात धाकटा, त्यामुळे या सगळ्या वाटणीत पुन्हा त्याच्या वाट्याला काहीच वेळ आला नाही. मग तो एका कोपऱ्यात रुसून बसला.

उन्हाळ्यात लोकांनी पेरणी केली आणि पावसाची वाट बघत बसले. पाऊस ठरल्याप्रमाणे आला, पण सगळीकडे सारखा पाऊस पडावा यासाठी वाऱ्याची गरज असते. हा वारा कुठेच नव्हता. त्यामुळे पृथ्वीच्या काही भागात अतिवृष्टी झाली तर काही भागात पावसाचं नावनिशाणसुद्धा नाही. आता मात्र वाऱ्याचं महत्त्व सर्वांच्याच लक्षात आलं. त्यांनी वाऱ्याला हाका मारून बोलावून घेतलं, त्याच्या मनधरण्या केल्या. अखेर तो काम करायला कबूल झाला; पण त्याला स्वत:साठी खास वेगळा वेळ देण्यात आला नाही. त्याऐवजी त्यानं वर्षभर वाहायचं, असं ठरलं. मग पावसाच्या दिवसात तो ढगांना धक्का देऊन इकडून तिकडे न्यायचा, त्यामुळे पृथ्वीच्या सर्व भागांना कमी अधिक प्रामाणात पाऊस मिळायचा. हिवाळ्यातपण वारा वाहायचा. मग सगळीकडे थंडी पसरायची.

दिवस आणि रात्र यांनी या चौघा भावांकडून एक धडा घेतला. मग चोवीस तास दोघांनी समसमान वाटून घ्यायचे ठरवले. त्यामुळे बारा तास रात्रीला आणि

बारा तास दिवसाला मिळाले.

आता पृथ्वीवरचे सर्व जण समाधानी होते. सहा भावंडांना आपापल्या हिश्शाचा काळ मिळाला व सगळे गुण्यागोविंदानं राहू लागले.

~

*एव्हाना बराच उशीर झाला होता. मग आजीनं घरातून हाक मारली, "वीज आली बरं का." पण मुलांना मात्र अजूनही बाहेरच थांबावंसं वाटत होतं. वाऱ्याच्या झुळुकीची मजा त्यांना लुटायची होती.*

~

# पुतळ्यांचं बेट

एक दिवस पहाटेच्या वेळी बाहेरून दरवाजा खटखटण्याचा आवाज आला. त्याच बरोबर मोठ्या आवाजात कुणीतरी म्हणत होतं, ''अरे, तुमची नातवंडं कुठे आहेत? मी त्यांना माझ्या घरी घेऊन जायला आलोय.'' मुलं धावतच बाहेर गेली. बाहेर एक उंचापुरा, चमकदार डोळ्यांचा आणि पांढऱ्या दाढीचा माणूस, त्यांच्या आजी-आजोबांबरोबर कॉफी पीत बसला होता. स्वच्छ धुतलेलं चुरचुरीत पांढरंशुभ्र धोतर, शर्ट असा त्याचा पेहराव होता. डोक्यावर टोपीसुद्धा होती. त्याचं हास्य इतकं लाघवी होतं की मुलं लगेच त्याच्याभोवती गोळा झाली; पण आजी जोरजोरात मान हलवून म्हणत होती, ''रहिमत, पण पीरांबीला एकटीला एवढी मुलं कशी काय संभाळता येतील? फार तर तू त्यांना दिवसभरासाठी घेऊन जा; पण हे रात्री राहायचं कशासाठी काढतो आहेस?'' पण रहिमत मान जोरजोरात हलवून म्हणाला, ''नाही, नाही. मी त्यांना मुक्कामालाच माझ्या घरी घेऊन जातो. आमचा उस्मान काय अप्रतिम जेवण बनवतो. तो सगळं काही बघेल. पीरांबीला काहीसुद्धा त्रास पडणार नाही.''

आजी मुलांच्या प्रश्नार्थक मुद्रेकडे पाहून म्हणाली, ''हा रहिमत चाचा.

खूप वर्षांपूर्वी तुमचे आजोबा जेव्हा शाळेत शिक्षक होते ना, तेव्हा हा त्यांचा विद्यार्थी होता बरं का. सध्या तो इथून बराच लांब राहतो. तिकडे त्याची स्वतःची आमराई आणि खूप मोठं घर आहे. त्याची सगळी मुलं परदेशी असतात. त्याच्या घरी त्याची स्वतःची पुस्तकांची खूप मोठी लायब्ररी आहे बरं का. आणि त्यानं इतके प्राणी आणि पक्षी पाळले आहेत, की एक छोटंसं प्राणीसंग्रहालयच बनवलं आहे, म्हणा ना! बकऱ्या, गाई, मोर, कबुतरं आणि पोपट असं बरंच काही आहे तिथे. तुम्हाला सगळ्यांना राहायला न्यायची त्याची इच्छा आहे. म्हणून तो आलाय. तुम्हाला तिथे खूप मजा येईल हे नक्की. पण तुम्हाला जायचं आहे का?''

''आणि बरं का, हा रहिमत खूप छान गोष्टी सांगतो,'' आजोबांनी पुष्टी जोडली.

रहिमत त्यावर हसून म्हणाला, ''मास्तरजी, तुमचं आपलं काहीतरीच. मला नातवंडं झाल्यानंतर मी गोष्टीची पुस्तकं वाचायला लागलो. मग तुम्ही आम्हाला लहानपणी शाळेत ज्या गोष्टी सांगायचात, त्या एक एक करून मला आठवल्या. त्याच मग मी जणूकाही माझ्या स्वतःच्याच आहेत असं भासवत माझ्या नातवंडांना सांगितल्या.'' मग तो मुलांकडे वळून म्हणाला, ''मग काय ठरलं मुलांनो? माझ्याबरोबर येणार ना तुम्ही? मी तुम्हाला या गावच्या एका वेगळ्याच भागात फिरायला घेऊन जाईन.''

सगळी मुलं विचारात पडली. इतक्यात रघू उठून म्हणाला, ''आम्ही सोबत आमच्या मित्रांना आणलं तर चालेल का?''

''मित्रांना... म्हणजे विष्णू काकांच्या नातवंडांनाच ना? हो, मग त्यात काय? चालेल की! जेवढी जास्त मुलं तेवढी जास्त मजा येईल. इतकी मुलं घरी राहायला आलेली पाहून पीरांबी तर खूशच होऊन जाईल.''

मग रघू पळत पळत ही बातमी शरणला सांगायला गेला.

रहिमत चाचा एका जीपमधून आला होता. थोड्या वेळातच सर्व सातही मुलांनी आपापलं सामान – एक दिवसाचे कपडे, टूथब्रश इत्यादी गोष्टी बरोबर घेतल्या. मग सगळे त्या जीपमध्ये चढले. चाचाचं घर तसं दूर होतं. सुमारे तीस किलोमीटर अंतरावर. वाटेत एका रानातून जावं लागे. रानातून जाणारा रस्ता बराच अरुंद आणि वळणावळणांचा होता. त्या रस्त्याच्या दुतर्फा उंच उंच झाडं होती. एकूणच ती जागा अंधारी आणि भीतिदायक होती. सुमा घाबरून इकडेतिकडे पाहत म्हणाली, ''कुणी ही झाडं कापून हा रस्ता जरा रुंद का नाही करत?''

रहिमत चाचा मान हलवून म्हणाला, ''छे, छे. गावकरी त्याला कधीच तयार होणार नाहीत. आमचं सर्वांचं या झाडांवर खूप खूप प्रेम आहे. आम्ही

*सहसा कधी झाडं नाही तोडत. खरंतर विनाकारण झाडं कुणीच तोडता कामा नयेत. एका नगरात सगळीच झाडं तोडण्यात आली होती. त्या नगराची गोष्ट तुम्हाला ऐकायची आहे?''*

*अर्थातच मुलांना ती गोष्ट ऐकायची होती. मग रहिमत चाचानं गोष्ट सांगायला सुरुवात केली.*

~

कोणे एके काळी एक नितांत रमणीय बेट होतं. त्या बेटावर हिरवीगार वनराजी होती, मोठमोठे वृक्ष होते, निळ्याशार पाण्यानं भरून वाहणारे खळाळते झरे होते आणि मोठमोठे डोंगर होते. त्या डोंगरात अभिनव, दुर्मीळ दगडांच्या खाणी होत्या. तो दगड पांढराशुभ्र होता. त्याचा पांढरा रंग अत्यंत आकर्षक होता. त्या दगडातून उत्कृष्ट शिल्पकृती घडवता येत असत.

त्या बेटावर राज्य करणारा राजा आता वृद्ध झाला होता. तो आपल्या प्रजेची खूप काळजी घ्यायचा. आपल्या निसर्गरम्य बेटावर त्याचं खूप प्रेम होतं. त्याचा एक खास मित्र होता. त्याचं नाव अमर. हा अमर एक प्रतिभावान शिल्पकार होता. या अमरचंसुद्धा त्या बेटावर प्राणापलीकडे प्रेम होतं. शिल्पकलेच्या अभ्यासकांसाठी अमर एक केंद्र चालवायचा. खूप दूरवरून तरुण मुलं तिथे शिल्पकला शिकण्यासाठी यायची. त्याच्या हाताखाली प्रशिक्षण घेऊन पाषाणातून उत्कृष्ट मूर्ती बनवायची. पण आपल्या हाताखाली शिक्षण घेणाऱ्या विद्यार्थ्यांना अमरनं एक चमत्कारिक अट घातली होती. आपापल्या शिल्पकृतीसाठी लागणारे पाषाण त्या विद्यार्थ्यांना स्वत:च आणावे लागत. त्या अभ्यासक्रमामधलं शेवटचं शिल्प मात्र त्या बेटावरच्या डोंगराच्या खाणीमधला पांढराशुभ्र पाषाण वापरून बनवण्याची त्यांना मुभा होती. त्या

चमत्कारिक अटीबद्दल सगळे कुरकुर करत. आपल्या गावाहून पाषाण घेऊन समुद्रात असलेल्या त्या बेटावर पोहोचणं ही काही चेष्टा नव्हती. फार कठीण होतं ते. पण अमर मात्र आपला हेका सोडायला तयार नव्हता. एक दिवस खुद्द राजानंच अमरला त्याच्या या विचित्र अटीमागचं कारण विचारलं. त्यावर अमर म्हणाला, ''आपल्या बेटावरच्या या अनोख्या पाषाणाचा आणि इतर सगळ्या नैसर्गिक संपत्तीचा आपण व्यवस्थित संभाळ करायला हवा. कारण ही दैवी देणगी आहे. ही संपत्ती जर आपण जपून वापरली नाही, तर आपल्या मुलाबाळांपर्यंत ती कशी पोहोचणार? आपण जर दगडांचा निष्काळजीपणे वापर सुरू केला आणि झाडंही वाटेल तशी तोडत सुटलो तर लवकरच ती संपून जातील आणि आपल्या हातात उरेल एक ओसाड माळरान. म्हणून तर आपल्याकडे शिल्पकला शिकायला येणाऱ्या विद्यार्थ्यांना मी स्वत:चे पाषाण बरोबर घेऊन यायला सांगतो. ते जेव्हा आपल्या अभ्यासक्रमातलं अंतिम शिल्प घडवायला घेतील, तेव्हाच त्यांना मी आपल्या बेटावरचा एकमेवाद्वितीय पाषाण वापरण्याची परवानगी देतो.

राजाला अमरचे हे विचार खूप आवडले. त्याला त्याचं मनातून खूप कौतुक वाटलं. त्यानंतर त्यानं अमरच्या शिकवण्याच्या पद्धतीत कधीच हस्तक्षेप केला नाही; पण एक दिवशी मात्र राजाचं वृद्धापकाळानं निधन झालं. त्यानंतर त्याचा मुलगा गादीवर आला, त्याचं नाव होतं राजदीप. त्याला राज्य स्वत:च्या मनाप्रमाणे चालवायचं होतं. आपल्या वडिलांपेक्षा सगळं काही वेगळं करायचं होतं. मग त्यानं अनेक कायदेकानू बदलून टाकले. एक दिवस त्याला अमर चालवत असलेल्या कला केंद्राची आठवण झाली. मग तो त्याच्या भेटीस गेला. तिथे अनेक विद्यार्थी आपापल्या शिल्पकृती बनवण्याचं काम करण्यात मग्न होते. इतक्यात राजदीपचे काही मंत्री त्याच्या कानाला लागले. आपापल्या कामासाठी लागणारे पाषाण स्वत:च्या गावाहून आणण्याचा अमरचा जो नियम होता तो त्याच्या केंद्रातील काही विद्यार्थ्यांना जाचक वाटायचा आणि ते त्याबद्दल कुरकुर करायचे. ही गोष्ट त्या मंत्र्यांनी राजदीपच्या कानावर घातली.

आपण हा नियम जर रद्द केला तर देशोदेशीचे असंख्य विद्यार्थी येथे शिकायला येतील, हे राजदीपच्या लक्षात आलं. शिल्पकलेचं शिक्षण घेण्यासाठी हे विद्यार्थी भरपूर शुल्क मोजतील आणि त्यामुळे आपल्या राज्याच्या समृद्धीत भर पडेल, हेही त्यानं जाणलं. शिवाय हे विद्यार्थी ज्या अप्रतिम कलाकृती घडवतील त्यामुळे आपल्या राज्याचं सौंदर्य वाढेल हा फायदाही त्याच्या लक्षात आला. मग त्यानं अमरला त्या कलाकेंद्रातून काढून टाकलं आणि त्या जागी दुसऱ्या एका शिक्षकाची नेमणूक केली.

लवकरच त्या बेटाकडे देशोदेशीच्या विद्यार्थ्यांची गर्दी लोटली. खाणीतील पाषाण वापरून ते उत्तमोत्तम शिल्पकृती बनवू लागले. खाणीतील पाषाण झपाट्यानं संपू लागला. त्यांनी बनवलेली भली मोठी शिल्पं राज्यात नेण्यात येऊ लागली. पण ती इतक्या दूर वाहून नेणार तरी कशी? मग झाडं तोडून त्यांचं लाकूड वापरून ढकलगाड्या बनवण्यात येऊ लागल्या. रस्ते बनवण्यासाठी जागा अपुरी पडू लागली. मग वाटेत येणाऱ्या झाडांची अमानुष कत्तल सुरू झाली. लाकूड झपाट्यानं संपू लागलं. नावाड्यांना मासेमारीसाठी समुद्रात जायला नौका अपुऱ्या पडत होत्या, कारण त्या बनवण्यासाठी पुरेसं लाकूडच उपलब्ध नव्हतं. बिचारे कोळी जवळपास बंदरातच मासेमारी करू लागले. मग त्यांच्यात आपापसात तंटे सुरू झाले. पाषाण आणि लाकूड यांची इतकी कमतरता होती की नव्यानं बांधण्यात आलेली घरंसुद्धा तकलादू होती. शेतकऱ्यांकडे चांगले नांगर नव्हते. शेती करण्यात त्यांना खूप अडचणी येऊ लागल्या. खाणीचं काम जसं जोरात सुरू झालं तसा त्याचा स्वाभाविकच पर्यावरणावर अनिष्ट परिणाम झाला. वनस्पती, वृक्ष मरू लागले. रोगराई पसरली. पाण्याचा तुटवडा भासू लागला. झरे आटले. वातावरणात बदल घडून आला. हवेतील उष्मा वाढला. हवामान रखरखीत, कोरडं बनलं. थोड्याच दिवसांत त्या बेटावर दुष्काळ पडला. जिकडे पहावं तिकडे रखरखीत कोरडं माळरान आणि वाळलेली झुडपं शिल्लक राहिली.

आपली राजधानी उत्तमोत्तम शिल्पकृतींनी नटलेली असावी, राजवाड्यात सुंदर मूर्ती असाव्या अशी जी राजदीपची इच्छा होती. ती मात्र सफल झाली. कलाकेंद्रातल्या प्रत्येक विद्यार्थ्यानं एक सुंदर पुतळा बनवून तो राजदीपला भेट

म्हणून दिला. काही दिवसांतच त्याची राजधानी या सर्व पुतळ्यांनी भरून गेली. कोणे एके काळी जिथे घनदाट रानं, निळ्याशार नद्या, खळाळते झरे होते तिथे आता ओसाड जमीन होती. रानं नष्ट झाली होती. नद्यांचं पाणी आटलं होतं, गढुळलं होतं. पाऊसही वेळच्यावेळी पडायचा नाही त्यामुळे सगळं वातावरण तप्त, रखरखीत, कोरडं झालं होतं. हळूहळू लोक ते बेट सोडून दुसरीकडे जाऊ लागले. घरं, शाळा, प्रासाद ओस पडले. निर्मनुष्य झाले. असा बराच काळ गेला. लोक त्या बेटाविषयी विसरूनसुद्धा गेले. मग बऱ्याच वर्षांनी काही संशोधक या बेटावर आले. त्यांना तिथे एक भग्न ओसाड बेट आणि जिकडेतिकडे नुसते पुतळेच पुतळे दिसले. त्या बेटाच्या राजाच्या लोभी वृत्तीमुळे आज त्या बेटाची ही अशी अवस्था झाली होती.

*सर्व मुलांना ही गोष्ट खूपच आवडली. मग उरलेल्या प्रवासात सर्वांनी त्या गोष्टीतील एकेका भूमिकेत शिरून त्या कथेचं नाट्यरूपांतरच करून टाकलं. रहिमत चाचानं वृद्ध जाणत्या राजाची भूमिका निभावली. सगळ्यांचा राहिलेला वेळ खूप मजेत गेला. मुक्कामाला पोहोचेपर्यंत सर्वांनाच भरपूर भूक लागली होती.*

*रहिमत चाचाचं घर फार छान होतं. पीरांबी दरवाज्यात त्यांचीच वाट पाहत होती. तिनं ताबडतोब उस्मानला कैरीचं पन्हं करून आणायला सांगितलं. दुपारच्या जेवणात मुलांची आवडती खीर होती; शिवाय पराठे, बिर्याणी अशी उस्मानच्या हातच्या खाद्यपदार्थांची नुसती रेलचेल होती. त्यानंही मुलांसाठी अगदी मनापासून स्वयंपाक केला होता. दुपारच्या जेवणानंतर मुलं घरभर बागडू लागली, घरातल्या लायब्ररीत जाऊन बसली. तिथे कितीतरी पुस्तकं होती आणि रहिमत चाचाच्या अनोख्या शेतकी प्रयोगांबद्दल त्याला मिळालेले अनेक पुरस्कारसुद्धा होते.*

# मूर्खांचे राज्य

*त्या रात्री जेवणानंतर सगळे अंगणात बसले होते. मीनू म्हणाली, "रहिमत चाचा, खरंच तुम्ही किती हुशार आहात हो. तुम्हाला तर शेती, मासेमारी अशा कितीतरी गोष्टींची माहिती आहे आणि किती गोष्टीसुद्धा सांगता येतात." अंगणातल्या अंधारात सगळीकडे काजवे चमकत होते.*

*रहिमत चाचानं मात्र ही गोष्ट मान्य केली नाही. "नाही गं, मीनू, अजून अशा कितीतरी गोष्टी आहेत, ज्या मला माहीत नाहीत. खरं सांगू का? माणसाचं शिकणं हे सतत चालूच राहतं. ते कधीच थांबत नाही. माणसानं अधाशी असावं, लोभी असावं पण ते ज्ञान संपादन करण्याच्या बाबतीत."*

*रात्र फार सुंदर होती. आकाश निरभ्र होतं. काळ्या आकाशात चंद्र, तारे चमकत होते. पीरांबीपण खूप आनंदात होती. तिची स्वत:ची नातवंडं दूर राहत. ती दोन किंवा तीन वर्षांतून एकदा तिला भेटायला येत. आज कित्येक दिवसांनंतर घर भरलं होतं. मुलांचं हसणं खिदळणं चालू होतं. तिची तब्येत नाजूक होती. तिला काही फार काम झेपत नसे; पण ती आज मुलांसोबत बसली होती. त्यांच्या गप्पा ऐकत होती.*

*लवकरच मुलं जांभया देऊन डोळे चोळू लागली; पण सगळ्यांना रहिमत चाचाकडून निदान एक तरी गोष्ट ऐकायचीच होती. त्याआधी झोपण्याची कुणाचीच तयारी नव्हती.*

~

कोणे एके काळी एका देशात एक राजा राहत होता. तो फार बुद्धिमान होता. पण त्यामुळेच त्याला निर्बुद्ध लोकांचा तिटकारा होता. आपल्या राज्यात एकही मूर्ख माणूस राहत नाही, या गोष्टीचा त्याला अतोनात अभिमान होता.

त्या राजाच्या राजधानीपासून जरा दूरच्या एका गावात एक वृद्ध गुरुजी राहत होते. राजा जेव्हा लहान होता, तेव्हा त्यांनीच त्याला शिकवलं होतं. तो त्या वेळी एक गोड स्वभावाचा हसतमुख विद्यार्थी होता; पण पुढे तो जेव्हा राजा झाला तेव्हा मात्र तो अत्यंत उर्मट, घमेंडखोर झाला. राजाच्या या उद्दाम स्वभावाविषयी त्याच्या गुरुजींना अनेक लोकांकडून कानावर आलं होतं. अखेर आपल्या या विद्यार्थ्याला असा धडा शिकवायचा, की जन्मभर त्याच्या लक्षात राहील, असं गुरुजींनी ठरवलं. मग गुरुजींनी त्यांच्याकडे शिकत असणाऱ्या तीन सर्वांत बुद्धिमान विद्यार्थ्यांना जवळ बोलावून घेतलं. त्यांची नावं होती हरीश, महेश आणि उमेश. गुरुजी म्हणाले, ''आपण त्या उर्मट राजाला चांगलीच अद्दल घडवली पाहिजे. त्याचा हा अभिमान किती वृथा आहे हे तुम्हीच त्याच्या लक्षात आणून द्या.''

मग ठरल्याप्रमाणे तिघंही विद्यार्थी राजधानीकडे निघाले. हरीश तिथे पोहोचल्यावर गावच्या बाजारात गेला. तिथे एक माणूस विड्याची पानं विकायला बसला होता.

''या पानांची किंमत काय?'' तो म्हणाला.

''दोनशे पानांना दहा रुपये,'' दुकानदार म्हणाला.

''हे घ्या दहा रुपये; पण मला आत्ता फक्त पंचवीस पानंच द्या. उरलेली

एकशे पंच्याहत्तर पानं माझा नोकर येऊन घेऊन जाईल.''

दुकानदारानं ते मान्य करून हरीशला फक्त पंचवीस पानं दिली.

त्यानंतर हरीश दुसऱ्या दुकानात गेला. तिथे सुंदर शाली विक्रीला ठेवलेल्या होत्या.

दुकानातल्या सर्वांत सुंदर शालीकडे बोट दाखवून तो म्हणाला, ''याची किंमत काय?''

''दोनशे रुपये,'' दुकानदार म्हणाला.

''हे घ्या पंचवीस रुपये. उरलेले एकशे पंच्याहत्तर तुम्ही त्या समोरच्या पानाच्या दुकानदाराकडून घ्या,'' असं म्हणून हरीशनं त्याला पंचवीस रुपये दिले. त्याचबरोबर एक चिठ्ठीसुद्धा दिली. त्या चिठ्ठीत लिहिलं होतं, ''ही चिठ्ठी घेऊन येणाऱ्याला एकशे पंच्याहत्तर देणे.'' शालीच्या दुकानदारानं आधी आपल्या नोकराला ती चिठ्ठी घेऊन समोरच्या पानाच्या दुकानात पाठवलं. चिठ्ठीत लिहिलंय ते खरं आहे का नाही, ही खात्री करून घेण्यासाठी. त्या पानाच्या दुकानदारानं चिठ्ठी वाचली आणि तो मान हलवून म्हणाला, ''हो, आणखी एकशे पंच्याहत्तर मी देणं आहे. अर्ध्या तासानं तुम्ही या, मी मोजून तयार ठेवतो.''

नोकर परत येऊन शाल विकणाऱ्या दुकानदाराच्या कानात म्हणाला, ''हो, धनी. तो पानवाला एकशे पंच्याहत्तर खरंच देणार आहे.'' मग त्यानं हरीशला शाल दिली. ती घेऊन हरीशनं तेथून काढता पाय घेतला. अर्ध्या तासानं नोकर पानवाल्याकडे आला तर तो पानवाला विड्याची पानं मोजत बसला होता... ''एकशे बहात्तर... एकशे त्र्याहत्तर...'' असं म्हणून त्यानं पानं बांधून नोकराच्या हातात ठेवली.

रुपयांऐवजी आपल्याला पानवाल्यानं विड्याची पानं दिलेली पाहून नोकराला धक्काच बसला. मग त्यानं आपल्या मालकाला बोलावून घेतलं. शाल विकणारा दुकानदार आणि पानवाला यांची खडाजंगी सुरू झाली. कुणीतरी आपल्याला मूर्ख बनवल्याचं दोघांच्याही लक्षात येताच दोघंही तक्रार घेऊन राजाकडे गेले.

एका परक्या माणसानं आपल्या गावात येऊन आपल्या दोन नागरिकांना फसवलं आहे, हे राजाच्या लगेच लक्षात आलं. मग या माणसाचा त्यानं शोध घ्यायचं ठरवलं.

दुसऱ्या दिवशी महेश राजाच्या खास मर्जीतल्या सुताराच्या दुकानात शिरला. दुपारची वेळ होती. सुतार आपल्या दुकानात ठाकठोक करत बसला होता. महेशच्या अंगात चांगले झकपक कपडे होते. त्यामुळे तो चांगला श्रीमंत

असावा असा सुताराचा समज झाला. मग त्यानं उत्साहात येऊन आपण बनवलेलं उत्तमोत्तम लाकडी सामानसुमान त्याला दाखवण्यास सुरुवात केली. मग त्यानं स्वत: बनवलेलं एक भलंमोठं लाकडी कुलूप महेशला दाखवलं आणि म्हणाला, "हे बघा. एका खांबापाशी एखाद्या माणसाला उभं करून हे कुलूप जर त्याच्या मानेत अडकवून किल्ली फिरवलीत तर त्याला कधीच निसटता येणार नाही."

महेश चेहऱ्यावर अविश्वास दाखवून म्हणाला, "काहीतरी बाता मारू नका. हे कुलूप किती साधं दिसतंय. माझा तुमच्या बोलण्यावर मुळीच विश्वास बसत नाही." त्याचे शब्द ऐकून सुतार वैतागला. तो म्हणाला, "पण मी सांगतो ते खरं आहे. मी राजाचा सुतार आहे. मी राजासाठी कितीतरी गुंतागुंतीच्या गोष्टी बनवलेल्या आहेत. हे बघा, मी तुम्हाला दाखवतो. म्हणजे तुमची खात्री पटेल." मग त्यानं ते कुलूप एका जवळच्या खांबाला अडकवून नंतर स्वत:च्या मानेभोवती घातलं आणि किल्ली फिरवून म्हणाला, "हे बघा, आता मला माझी मान जरासुद्धा हलवता येत नाहीये. आता ही किल्ली तुम्ही उलट्या बाजूला फिरवून मला सोडवा."

त्यावर महेश ती किल्ली न फिरवता तिथे तसाच नुसता हसत उभा राहिला. जरा वेळानं ती किल्ली उचलून तो खुशाल त्या दुकानातून निघून गेला. सुतार नुसता मोठमोठ्यांदा आरडाओरडा करत राहिला. "दुष्ट, नीच माणसा... परत फीर. माझी यातून सुटका कर." पण त्याच्या त्या ओरडण्याचा काहीही उपयोग झाला नाही. महेशनं त्याला उल्लू बनवलं होतं.

त्या संध्याकाळी परत एकदा आपल्या हुशार सुतारालासुद्धा कुणीतरी भामट्यानं फसवल्याची बातमी राजाच्या कानावर गेली. आता मात्र तो चिंतेत पडला. ही माणसं नक्की होती तरी कोण? राजाच्या राजधानीतल्या हुशार माणसांना गाठून त्यांना उल्लू बनवण्याचं सत्र त्यांनी आरंभलं

होतं. आता स्वत:च वेषांतर करून आपल्या राज्यातून फेरफटका मारायचा आणि या भामट्यांना पकडायचं, असं त्यानं ठरवलं.

वेषांतर करून तो नगराच्या वेशीपाशी पोहोचला. तिथे एक माणूस आंब्याचा ढीग विकायला घेऊन बसला होता. कुणी आपले आंबे विकत घ्यायला येईल का, याची तो प्रतीक्षा करत होता; पण तो फळविक्रेता फारच आड जागी बसला होता. 'इथे कोण याची फळं खरेदी करायला येणार?' राजाच्या मनात आलं. त्याला त्या माणसाचा संशय आला.

"काय रे, तू इथे का बरं फळं विकायला बसला आहेस?" राजा त्या माणसाला म्हणाला.

तो फळ विक्रेता म्हणजे दुसरा तिसरा कुणीही नसून उमेशच होता. घाबरत इकडेतिकडे पाहत असल्याचं नाटक करून तो कुजबुजत्या स्वरात म्हणाला, "महाराज, आपल्या नगरात काही भामटे हिंडत असल्याचं माझ्या कानावर आलं आहे. आपल्या राजाला आणि इथल्या प्रजेला मूर्ख बनवण्याचा त्यांचा डाव आहे. मी तर असंही ऐकलंय, की त्यांच्यातला एक भामटा जरा वेळानं त्या रस्त्यावरून जाणार आहे. त्यालाच पकडण्यासाठी मी असा इथे थांबलो आहे. मग मी त्याला राजाच्या हवाली करणार आहे."

त्या भामट्या लोकांच्या टोळीबद्दल त्या फळविक्र्याला इतकी सारी माहिती असल्याचं पाहून राजाला नवल वाटलं. तो म्हणाला, "तू त्या भामट्याला याआधी कधी पाहिलं आहेस का?"

"होय महाराज. मी त्या भामट्यांच्या टोळीला चांगलाच ओळखून आहे. आज इथे जो माणूस येणार आहे तो चांगला उंचनीच आणि जाडजूड आहे. तो फार दुष्ट आहे."

"मग मला त्याला बघायचं आहे. ते शक्य होईल का?" राजा म्हणाला.

"त्यासाठी सर्वांत उत्तम मार्ग म्हणजे तुम्ही लपून बसायचं. तो आला की मी मोठ्यांदा शिट्टी वाजवेन, मग तुम्ही त्याला पाहू शकाल."

पण ती जागा इतकी ओसाड होती की तिथे लपण्यासाठी काहीच आडोसा नव्हता. ना एखादं झाड होतं, ना खडक होता. मग त्या फळविक्रेत्यानं राजासमोर एक पोतं उघडून धरलं. "यात तुम्ही लपून बसा," तो म्हणाला, "मी हे पोतं माझ्या शेजारीच ठेवून देईन म्हणजे बघणाऱ्याला वाटेल, यात आंबेच आहेत."

राजाला ते पटलं आणि तो लगेच पोत्यात शिरला. उमेशनं त्या पोत्याचं तोंड दोरीनं गच्च बांधून टाकलं आणि तो हसत हसत तिथून निघून गेला. आपल्याला या भामट्या फळविक्र्यानं फसवलं आहे हे जरा वेळात राजाच्या

लक्षात आलं; पण तो तर पोत्यात बंद होता आणि काहीच करू शकत नव्हता. खूप तास उलटून गेल्यावर त्याचे सैनिक त्याचा शोध घेत आले. पोत्याच्या आतून राजानं खूप चळवळ आणि आरडाओरडा करून त्यांचं लक्ष वेधून घेतलं. सैनिकांनी राजाची सुटका केली खरी, पण राजाला त्यांच्यापुढे मान खाली घालावी लागली.

आपल्याला आपल्या नगरातल्या लोकांच्या हुशारीविषयी फारच घमेंड होती. परंतु प्रत्यक्षात ते काही इतके हुशार नाहीत, ते त्याला आता कळून चुकलं. त्याला आपली चूक समजली.

त्यानंतर राजाचे वयोवृद्ध गुरू त्याच्या दरबारात आले. आपल्याच तिघा विद्यार्थ्यांनी सर्वांची कशी फटफजिती केली, ते त्यांनी राजाला सांगितलं. हरीश, महेश आणि उमेश या तिघांनीही राजाची क्षमा मागितली. त्यानंतर मात्र इथून पुढे नम्रपणे आणि विनयशीलतेनं वागून लोककल्याणाचं काम करण्याचं वचन राजानं आपल्या गुरुजींना दिलं.

～

# रेशमाची कथा

मुलं रहिमत चाचाकडून घरी परत आली होती. तिथल्या मुक्कामाच्या आठवणी अजून ताज्या असतानाच आजीनं त्यांना अजून एक आश्चर्याचा धक्का दिला. गावात एक लग्नसमारंभ होता. मुलांनी यापूर्वीसुद्धा गावातल्या लग्नांना आपली हजेरी लावलेली होती. खेडेगावातलं लग्न कसं असतं याची त्यांना कल्पना होती. शहरात कशी लग्नपत्रिकेवर मुहूर्ताची वेळ छापलेलीच असते. आपण ठरलेल्या वेळी मंगलकार्यालयात उपस्थित राहायचं, लग्न लागल्यानंतर वधूवरांना भेटून अहेर द्यायचा, जेवायचं आणि परत यायचं; पण खेडेगावात तसं नसतं. अख्ख्या गावालाच त्या लग्नाला निमंत्रण असतं. मग तुम्हाला लग्नपत्रिका मिळाली आहे की नाही, पत्रिकेवर तुमचं नाव लिहिलेलं आहे की नाही याच्याशी त्याचा काही संबंध नसतो. शिवाय जितकं लवकर तिथे जायला जमेल तेवढ्या लवकर जाऊन पोहोचायचं असतं. इतकंच नव्हे तर तिथे जाऊन त्या घरच्या लोकांना जमेल तेवढी मदतसुद्धा करायची असते. मुलांनी पाहिलं, तर दामू घाईघाईनं जीप घेऊन पाहुण्यांना आणायला रेल्वे स्टेशनवर निघाला होता. रहिमत चाचाला त्याच्या शेतातून ताज्या भाज्या आणून पोहोचवण्याचं

काम होतं. आजी भरपूर बायकांवर स्वयंपाकघरात देखरेख करत होती आणि त्यांच्याकडून कामं करून घेत होती. आजोबा साफसफाईच्या कामावर लक्ष ठेवत होते. त्यांनी फिनाइल आणि सफाईची इतर सामग्री एका जागी जमा करून ठेवली होती. विष्णू काका परीटघडीचे कपडे घालून येणाऱ्या पाहुण्यांचं स्वागत करण्यात गर्क होते.

आजीनं मुलांना आपापले छान छान सणाचे कपडे घालून लग्नासाठी तयार होऊन यायला सांगितलं होतं. कृष्णाला नटण्यामुरडण्याची भारी हौस होती. ती तिचा खास आवडता निळ्या रंगाचा रेशमी झगा घालून आली होती. आजी तो पाहून म्हणाली, "कृष्णा, जरा जपून बरं का. जरा वेळात माणसांची खूप गर्दी होईल, अन्नाची सांडलवंड होईल, कपडे खराब करू नको.''

कृष्णानं आजीला तसं वचन दिलं. मग आजी स्वयंपाकघरात अदृश्य झाली. तिथे भाज्या कापणं, पातेल्यात शिजत असलेले पदार्थ ढवळणं असं सगळं स्वयंपाकाचं काम चालू होतं. बाहेर हळूहळू लोक जमा होत होते. आलेल्या प्रत्येकाच्या नाश्ता-पाण्याचं विष्णू काका बघत होते. आजोबा हातात फिनाइलची बाटली घेऊन लगबग करत होते. रहिमत चाचा फुलांची सजावट करण्यात गर्क होता तर पीरांबी चाची फुलांचे हार गुंफत बसली होती. मुलं सगळीकडे नुसती हुंदडत होती. लाऊडस्पीकरवर सिनेमाची गाणी कुणीतरी मोठ्या आवाजात लावली होती. एकूण सगळीकडे नुसता गडबडगोंधळ होता.

लग्न लागल्यावर सगळे जेवायला बसले. इतक्यात कुणाचातरी धक्का लागून कृष्णाच्या नव्या रेशमी झग्यावर दूध सांडलं. आजी तिची समजूत घालत म्हणाली, "अगं रडू नको. रेशमी कपडा धुतला ना, की तो परत नव्यासारखा होतो. हीच तर त्याची खासियत आहे.'' तिचा रडवेला चेहरा पाहून आजी पुढे म्हणाली, "अगदी पहिल्यांदा रेशमाचा शोध कसा लागला, याची कथा मी तुम्हाला सगळ्या मुलांना सांगीन हं.'' ते शब्द ऐकून कृष्णाची कळी खुलली. त्या रात्री घरी गेल्यावर खरं म्हणजे आजी खूपच दमली होती; पण तरीही तिनं रेशमाची कथा मुलांना सांगितली.

~

रेशमाचा शोध चीन देशात लागला; पण तो नक्की कसा लागला, ते तुम्हाला माहीत आहे का?

फार फार वर्षांपूर्वीची गोष्ट. चीनमधील एका लहानशा खेड्यातील एका विणकराच्या कुटुंबात एक गरीब मुलगी राहत होती. एक दिवस चीनचा सम्राट तिच्या घरासमोरून चालला असता शेतात काम करणारी ती मुलगी त्याच्या

दृष्टीस पडली. तिचे लाल लाल गाल, गुलाबाच्या कळीसारखे दिसणारे ओठ पाहून तो तिच्यावर अनुरक्त झाला. तिच्या चेहऱ्यावर स्वाभिमान स्पष्ट दिसत होता. शेतात मजुरी करून तिच्या हातांना घट्टे पडले होते. याचा अर्थ असा, की ती वर्षभर अत्यंत मेहनतीचं काम करत असणार. तिला पाहून तो तत्क्षणी तिच्या प्रेमात पडला. खरंतर वयानं तो तिच्याहून बराच मोठा होता. तरीसुद्धा त्यानं तिच्याशी लग्न करायचं ठरवलं.

त्या मुलीचं त्या सम्राटाशी लग्न झालं आणि ती त्याची राणी बनून राजवाड्यात राहू लागली; पण तिचं मन काही तिथे रमेना. ती खेड्यातील मोकळ्या, मुक्त वातावरणात वाढलेली मुलगी आणि आता ती राजप्रासादात राहत होती. तो कितीही भव्य असला तरी ती तिथे समाधानी नव्हती. तिला क्षणभराचीही विश्रांती न घेता सकाळ उजाडल्यापासून रात्रीपर्यंत शेतात कष्ट करण्याची सवय होती. पण आता मात्र तिच्या लहानसहान गरजेला तिच्या हाकेसरशी धावून येणारे दासदासी तिच्या दिमतीला होते. तिचा वेळ तिथे जाईना. तिच्या लग्नाआधी तिच्या आवतीभवती तिचे कुटुंबीय सतत असत, मित्रपरिवार असे. त्यांच्याशी गप्पा मारण्यात तिचा वेळ जाई. शेतात काम करत असताना परस्परांच्या सुखदुःखाच्या वार्ता कळत, गावाच्या बातम्या कळत; पण इथे राजमहालात मात्र सगळं काही शांत शांत असायचं. कामाशिवाय कुणीच कुणाशी बोलायचं नाही. आपली ही नवी राणी दुःखी दिसते हे त्या सम्राटाच्याही लक्षात आलं. तिला सुखी करण्यासाठी तो खूप धडपडू लागला. उंची वस्त्रं प्रावरणं, आभूषणं, अलंकार त्यानं तिच्यासमोर आणून हजर केले. तिच्यासाठी राजप्रासादात मेजवान्या आयोजित केल्या. देशोदेशीच्या उत्तमोत्तम गायक वादकांना त्यानं तिचं मन रिझवण्यासाठी पाचारण केलं; पण तिची कळी काही खुलेना.

एक दिवस दुपारच्या वेळी राणी राजवाड्यासमोरील उद्यानात एका तुतीच्या झाडाखाली विचारमग्न अवस्थेत बसली होती.

तिच्या मनात तिच्या गावाकडचे विचार होते. एकीकडे ती हातातल्या पेल्यातून गरम पाण्याचे घुटके घेत होती. निळ्याभोर आकाशाकडे बघत असताना तिला आपल्या गावच्या आकाशात मुक्तपणे विहार करणारे पक्षी आठवले. मग स्वत:शीच एक नि:श्वास टाकत तिनं गरम पाण्याचा आणखी एक घोट घेण्यासाठी हातातला पेला उचलला. पण हे काय? तुतीच्या झाडावरून कोणत्यातरी किड्याचा कोश राणीच्या हातातल्या पेल्यात पडला होता. पाणी खराब झाल्यामुळे आता ते टाकूनच द्यावं

लागणार, असं तिच्या मनात आलं; पण तिनं नीट निरखून पाहिलं तर त्या पाण्यात पडलेल्या कोशाचे धागे हळूहळू उकलताना दिसत होते. तो कोश नक्की कुठून बरं आला होता? तिनं ते नाजूक, चमकदार धागे आपल्या बोटांनी अलगद उचलले. ते खूप नाजूक असले तरी चांगले भक्कम होते. तिनं एक धागा अलगद बोटांवर घेऊन तो हळूहळू बाहेर काढण्यास सुरुवात केली. आश्चर्य म्हणजे तो इतका नाजूक असूनही तुटला नाही. मग तिनं तो आपल्या बोटाभोवती गुंडाळला. आता त्या राणीच्या मनात एक अभिनव कल्पना सुचली. असे अनेक कोश जमा करून त्यापासून भरपूर धागे मिळवायचे आणि मग त्याचं सुंदर कापड विणायचं तिनं ठरवलं.

तिनं आपल्या सगळ्या नोकरांना बोलावून याच कामाला जुंपलं. त्यांनी त्या तुतीच्या झाडावरचे सगळे कोश काढून गरम पाण्यात टाकले आणि त्यापासून अलगद रेशीमधागा काढला. त्यांच्यापाशी आता मोठ्या प्रमाणावर रेशमाचा धागा जमा झाला. मग राणीनं रेशमाच्या धाग्यापासून कापड विणण्यासाठी खास माग आणवून घेतला. हा नवा धागा वापरून पहिल्यांदा तिनंच त्यावर कापड विणलं. अशा रीतीनं पहिलं रेशमी कापड तयार झालं. सर्व प्रकारच्या धाग्यांमधला सर्वोत्तम समजला जाणारा रेशमाचा धागा अशा रीतीनं जन्माला आला.

काही दिवसांतच चीन देश रेशमी कापडाच्या उत्पादनात अग्रेसर बनला. अशा तऱ्हेचं रेशमी वस्त्र परिधान करणं ही राजघराण्यात जन्म घेतलेल्या व्यक्तींची खासियत बनली. जगभरातून अशा कापडाला मागणी वाढू लागली. रेशमी कापडाची कीर्ती पार रोमपर्यंत जाऊन पोहोचली. चीन देशातून आशिया मार्गे युरोपात रेशमी कापडाची निर्यात होऊ लागली. त्यामुळे याचं नामकरण 'सिल्क रूट' असं करण्यात आलं.

चिनी लोकांना आपण उत्पादित करत असणाऱ्या रेशमी वस्त्राचा फारच अभिमान होता. आपण रेशीम कसं तयार करतो याचं गुपित ते कधीच पोटातून ओठावर आणत नसत. चीन देशातील राजकन्यांचा विवाह होऊन त्या जरी परक्या देशात गेल्या तरीही आपल्या देशात जपण्यात आलेली ही गुप्त विद्या कुणालाही शिकवायची नाही, अशी शपथ त्यांना देण्यात येई.

खूप खूप वर्षांनंतर चीनच्या एका राजकन्येचा विवाह दुसऱ्या देशातील राजपुत्राशी झाला. ती राजकन्या फार चतुर, बुद्धिमान होती. ती जेव्हा सासरी जायला निघाली तेव्हा प्रथेप्रमाणे तिच्या सामानसुमानाची झडती घेण्यात आली. रेशीम बनवण्यासाठी लागणारं काही सामान ती स्वत:सोबत घेऊन तर जात नाही ना, हे तपासून पाहण्यात आलं. त्या राजकन्येनं अगदी लहान असल्यापासूनच रेशमाच्या धाग्यापासून कापड विणण्याची कला आत्मसात केली होती. तिनं रेशमाच्या किड्यांचे कोश आपल्या भल्या मोठ्या केशसंभारात लपवून ठेवले होते. तिथे तपासून पाहावं, हे कुणालाच सुचलं नाही. पतीच्या घरी पोहोचल्यावर तिनं स्वत:च्या केशरचनेतून ते कोश बाहेर काढून त्यापासून रेशमाचे धागे मिळवले. रेशमी कापड विणण्याची कला ही अशा रीतीनं चीनमधून बाहेर पडून संपूर्ण जगात पसरली, अशी दंतकथा आहे.

~

# जेव्हा यमाचं बोलावणं येतं

एक दिवस आजी एका जुन्या फाटलेल्या साडीला शिवण घालत बसली होती. इतक्यात मुलं येऊन तिच्या भोवती बसली. आता उन्हाळ्याची सुट्टी संपत आली होती त्यामुळे राहिलेल्या सुटीतील जास्तीत जास्त वेळ त्यांना आजीच्या सहवासात घालवायचा होता. मीनू आणि कृष्णा या दोघी प्रेमानं आजीच्या गळ्यात पडून म्हणाल्या, ''आजी, तुझ्या हातावर या इतक्या सुरकुत्या कशामुळे आहेत गं?''

त्यावर आजी म्हणाली, ''अगं, कारण मी म्हातारी आहे ना?''

''पण म्हाताऱ्या माणसांच्या अंगावर सुरकुत्या का असतात?'' मीनू म्हणाली.

आजीनं चश्मा काढून हातात घेतला. तिला फक्त शिवण-टिपण करताना नाहीतर वाचायला तेवढा चश्मा लागायचा. ती म्हणाली, ''एके काळी मीसुद्धा तुमच्यासारखीच लहान होते. माझी त्वचा मऊ आणि चमकदार होती. माझे केस लांबसडक, काळेभोर होते. माझी नजर खूप तीक्ष्ण होती आणि स्मरणशक्तीपण तीव्र होती, बरं का; पण मी जसजशी म्हातारी होत गेले ना,

तसतशा या गोष्टीत फरक पडत गेला.

"मग एक दिवस आम्ही सगळेच म्हातारे होऊ ना गं आजी?" दिव्या
म्हणाली.

"होय गं. प्रत्येक सजीव प्राणी म्हातारा होणारच. आयुष्याचा एक भागच
आहे तो. चला, मी तुम्हाला या म्हातारं होण्याबद्दलची एक गोष्ट सांगते."

~

खूप खूप वर्षांपूर्वी एका छोट्याशा गावात एक अरुण नावाचा माणूस राहत
असे. तो एक व्यापारी होता. तो खूप श्रीमंत नसला तरी खाऊन-पिऊन सुखी
होता. त्याचं एकत्र कुटुंब होतं. त्याचे भाऊ, बहिणी, बायको, मुलं असे सगळे
गुण्यागोविंदानं एकत्र राहत असत. तो त्यांची नीट काळजी घेत असे.
त्याचप्रमाणे गावातल्या गोरगरीब आणि गरजू लोकांना तो त्याच्या परीनं शक्य
तेवढी मदत करत असे. त्यानं वाटसरूंसाठी विश्रामगृहं बांधली होती. त्या
ठिकाणी तो भोजनगृहपण चालवायचा. आल्यागेलेल्यांना अत्यल्प दरात तिथे
पोटभर जेवायला मिळायचं.

एक दिवस स्वत:च्या कामावरून घरी परतत असताना तो स्वत:च
बांधलेल्या एका विश्रामगृहावरून जाऊ लागला. त्या विश्रामगृहाच्या पुढच्या
बाजूला भली मोठी ओसरी होती. वाटसरू तिथे घटकाभर विसावा घेत,
गप्पागोष्टी करत. त्या दिवशी त्या ओसरीत एक परका माणूस बसला होता.
तो थकला भागलेला होता. त्याचे कपडेपण मळलेले होते. तो खूप दूरवरचा
प्रवास करून आला असणार. त्याच्या सोबत त्याचा घोडासुद्धा होता. तो घोडा
आपल्या धन्याइतका दमलेला आणि भुकेजलेला दिसत होता.

त्या दोघांना पाहून अरुणच्या हृदयाला पाझर फुटला. तो आपण होऊन
उठून त्या माणसाशी बोलायला गेला.

''भाऊ, तुम्ही कुठून आलात? तुम्ही आत जाऊन गरमागरम जेवून थोडी विश्रांती का नाही घेत?''

त्या माणसानं मान वर केली. अरुणकडे पाहून स्मितहास्य करून तो म्हणाला, ''हे विश्रांतिगृह खूप गजबजलेलं आहे. इथे मला उतरायला खोली शिल्लक नाही. भोजनगृहातसुद्धा बसायला जागा नाही. मी इथे घटकाभर दम टाकून पुढे चालू लागेन. पुढे गेल्यावर कुठेतरी मला जेवायला नक्की मिळेल.''

पण अरुणला काही त्याचं हे म्हणणं पटलं नाही. कुणीतरी इथून उपाशी आणि थकल्या भागल्या अवस्थेत तसंच पुढे निघून जातंय, ही कल्पनाही त्याला सहन होईना. त्या माणसानं आपल्यासोबत आपल्या घरी चलावं, असा अरुण आग्रह धरून बसला. तो माणूस अरुणबरोबर त्याच्या घरी गेला. घरच्या लोकांनी त्याचं खूप प्रेमानं स्वागत केलं, त्याची आस्थेनं विचारपूस केली. त्याला पोटभर जेवायला वाढलं.

जेवताजेवता त्या माणसाचं अरुणकडे लक्ष गेलं. त्याच्या एक गोष्ट ध्यानात आली, की हा अरुण मधूनच स्वत:च्या तंद्रीत हरवून जातो. जणूकाही कसली चिंता त्याच्या मनाला कुरतडत असल्यासारखा तो चिंताग्रस्तही दिसतो. दोघांची जेवणं झाली. तोंड हात धुऊन झाल्यावर तो वाटसरू पुढच्या प्रवासाला निघाला. अरुणनं केलेल्या आदरातिथ्याबद्दल त्याचे अगदी मनापासून आभार मानत तो म्हणाला, ''तुम्ही रागावणार नसाल तर एक विचारू? आज तुम्ही थोडे काळजीत होता, असं माझ्या लक्षात आलं. मी तुमच्यासाठी अगदीच परका आहे, याची कल्पना आहे मला; पण तुम्हाला वाटणारी काळजी जर तुम्ही मला बोलून दाखवली, तर त्या काळजीचं इतकं ओझं वाटणार नाही तुम्हाला.''

यावर अरुण फक्त मान हलवून हसला; पण आपलं मन त्या परक्या माणसापाशी मोकळं करण्याची त्याची अजिबात इच्छा नव्हती.

मग तो माणूस म्हणाला, ''आता मी नक्की कोण आहे, हे तुम्हाला दाखवतो. म्हणजे तुम्ही कदाचित तुमचं मन माझ्यापाशी मोकळं कराल.''

त्यानंतर क्षणार्धात त्या माणसानं स्वत:चं रूप बदललं. आता अरुणपुढे साधे, मळके कपडे घातलेला एक वाटसरू उभा नव्हता तर जरतारी वस्त्रं परिधान करून डोक्यावर मुकुट धारण केलेली एक व्यक्ती त्याच्या समोर उभी होती. त्याचा घोडा अदृश्य होऊन त्याजागी एक रेडा उभा होता. ती व्यक्ती स्वत:ची खरी ओळख करून देत म्हणाली, ''मी यमराज आहे, साक्षात मृत्युदेवता. आता तरी मला सांगशील का, काय झालं?''

आपल्या समोर हे सर्व घडलेलं पाहून अरुणची भीतीनं बोबडीच वळली.

साक्षात यमदूतानं त्याच्यासह भोजन केलं होतं. ''पण द... देवा, तुम्ही इथे पृथ्वीवर काय करत आहात?''

त्यावर यमदेव हसून म्हणाले, ''अरे, मधूनच कधी तरी इथे यायला मला आवडतं. सर्वांचं कसं चाललंय, कोण काय करतंय, ते पाहायला मी येत असतो. पण हे सांग, तू कशामुळे चिंतित आहेस?''

त्यावर अरुण म्हणाला, ''मला माझा उद्योगधंदा आणखी वाढवायचा आहे. पण आज माझी प्रकृती बरी नव्हती. माझ्या मनात विचार आला, जर माझं काही बरंवाईट झालं, तर माझ्यामागे माझ्या कुटुंबाचा संभाळ कोण करील?''

ते ऐकून यमराज गंभीर होत मान हलवून म्हणाले, ''वत्सा, काळजी करू नकोस. तू किती कष्टाळू आणि प्रामाणिक माणूस आहेस ते मी स्वत: डोळ्यानं पाहिलं आहे. तू मला तुझ्या घरी घेऊन गेलास, आग्रहानं जेवू घातलंस. मी एक थकलेला, उपाशी वाटसरू आहे, एवढंच फक्त तुला माझ्याविषयी माहीत असूनसुद्धा तू माझ्यासाठी एवढं केलंस. आता मी फक्त एकच करतो हे बघ, सर्व सजीव प्राण्यांना एक ना एक दिवस मरण येतंच. मी त्यांना न्यायला येतोच; पण तुला नेण्यासाठी मात्र मी अवचित येणार नाही. मी येण्याअगोदर अनेक दिवस तुला त्याची कल्पना देऊन ठेवीन. म्हणजे तू तुझ्या कामकाजाचा पसारा आटोपता घेऊन माझ्यासोबत येण्याची मानसिक तयारी आधीपासून करू शकशील.''

यमराजाच्या तोंडचे हे शब्द ऐकताच अरुण कृतज्ञतेनं नतमस्तक झाला. त्यानंतर यमराज अंतर्धान पावले.

या घटनेला कित्येक वर्षं लोटली. अरुण म्हातारा झाला. त्याच्या व्यवसायाची आता खूप भरभराट झाली होती. त्याच्या मुलाबाळांचं, भावंडांचं सगळं मार्गी लागलं होतं. साऱ्यांची आयुष्यं सुरळीत चालू होती. त्याला आता चिंता करण्यासारख्या फार काही गोष्टी उरल्या नव्हत्या.

एका रात्री त्याला एक स्वप्न पडलं. त्याच्या स्वप्नात साक्षात यमदेव त्याच्या समोर येऊन उभे ठाकले. एक हात त्याच्यापुढे करून ते म्हणाले, ''चल, तुझी वेळ झाली. माझ्याबरोबर चल.''

अरुण खूप घाबरला. तो म्हणाला, ''देवा, तुम्ही तर मला वचन दिलं होतं, तुम्ही मला न्यायला येण्यापूर्वी मला त्याची सूचना द्याल. मी असा आत्ताच्या आत्ता तुमच्याबरोबर कसा काय येऊ?''

यमराजांच्या चेहऱ्यावर किंचित स्मितहास्य उमटलं. ते म्हणाले, ''वत्सा, मी तुला पूर्वसूचना दिलीच होती. तुझे केस पांढरे झाले. ते मीच केलं. तू

वाढत्या वयाबरोबर वाकून चालू लागलास. तेही मीच केलं. एकएक करत तुझे सगळे दातही पडून गेले. ते कृत्यसुद्धा माझंच. तुझा या पृथ्वीतलावरचा काळ आता संपत आला असल्याच्याच तर या सगळ्या पूर्वसूचना होत्या.''

"पण या तर गोष्टी प्रत्येक स्त्री आणि पुरुषांच्या बाबतीत घडतात. मग केवळ मलाच त्यातून सूचना कशी काय मिळणार?'' अरुण म्हणाला.

यमराज मान हलवून म्हणाले, ''हो. या गोष्टी सर्वांच्याच बाबतीत घडतात. आणि त्या घडल्या की स्त्री-पुरुष मला भेटण्यासाठी तयार होतात. जीवनाला अंत हा असतोच. त्यातून कुणाचीच सुटका नसते.''

आता अरुणच्या सगळं काही लक्षात आलं. त्यानं आयुष्याचं एकदा आत्मावलोकन केलं. मग त्याचं त्यालाच कळून चुकलं, की खरोखरच तो गेली कित्येक वर्षं या गोष्टीसाठी स्वतःची मानसिक तयारी करत होता. त्याची मुलं आता त्याचा व्यवसाय संभाळू लागली होती. त्याचं सर्व काम आता ती करत होती. त्यानं आपल्या या जुन्या मित्राबरोबर, यमराजाबरोबर निघून जाण्यात आता कुणाचीच अडकाठी असायचं कारण नव्हतं.

मग तो यमराजांच्या पाठीमागे त्यांच्या रेड्यावर बसला. ''चला तर, निघू या,'' तो म्हणाला आणि दोघं निघाले.

~

# न संपणारी गोष्ट

**आ**ज आजोबा, आजी, विष्णू काका असे सगळेच उदास होते. मुलांची उन्हाळ्याची सुट्टी आता जवळजवळ संपल्यासारखीच होती. लवकरच सगळ्या मुलांना आपापल्या घरी परत जावं लागणार होतं. गेले तीन आठवडे त्यांच्या खेळण्यानं, हसण्या-खिदळण्यानं, धावपळीनं, भांडणानं, घर नुसतं गजबजलेलं होतं. आता परत सारं कसं शांत शांत होणार. पुढच्या वर्षी सुट्टीत मुलं परत येईपर्यंत सगळं नुसतं शांत, उदास. मुलांनापण वाईट वाटत होतं. सगळी मुलं आपल्या आजीआजोबांच्या भोवती जमली होती. रघू त्यांच्यात सगळ्यात मोठा. तो म्हणाला, ''या वर्षीच्या सुट्टीत नेहमीपेक्षा जास्त मजा आली. आम्ही डिस्नेलँड बघायला गेलो होतो ना, तेव्हापेक्षासुद्धा जास्त मजा इथे आली. आणि त्याचं कारण म्हणजे या सगळ्या गोष्टी.''

आजोबा म्हणाले, ''मी जेव्हा शाळेत शिक्षक म्हणून काम करायचो ना, तेव्हा मुलांना जर काही शिकवायचं असेल, काही धडे द्यायचे असतील, तर ते मी गोष्टीरूपानं द्यायचो. ते मला जास्त सोपं पडायचं.''

आनंद म्हणाला, ''मला इतिहासाचं पुस्तक वाचायचा ना खूप कंटाळा

*येतो. पण त्याऐवजी तुम्ही जर आम्हाला ऐतिहासिक गोष्टींमधून इतिहास शिकवला तर आमच्या सगळं नीट लक्षात राहील.''*

*आता सर्वांचे डोळे चमकून उठले आणि नजरा आजीकडे वळल्या. ''आजी, आज आमचा इथला शेवटचा दिवस आहे ना? मग आम्ही फक्त एक गोष्ट ऐकून गप्प बसणार नाही, बरं का. आम्हाला आणखी गोष्टी सांग.'' मग सगळे एकदम गोंगाट करू लागले, ''गोष्ट! गोष्ट! गोष्ट!''*

*पण आजी मान हलवत म्हणाली, ''तुम्ही जर फक्त लोणची आणि लाडू एवढंच खात राहिलात, तर तुमची तब्येत नीट राहील का? गोष्टीपण अशाच असतात. तुम्ही तुमचा सगळा वेळ फक्त गोष्टी ऐकण्यात वाया नसतो घालवायचा. मग त्यानं कंटाळा येतो. एकदा एका राजाला कधी न संपणारी गोष्ट ऐकावी लागली ना, तसं होतं बरं का मग आपलं.''*

~

''मला कथा ऐकायची आहे! ही माझी आज्ञा आहे,'' मायानगरचा राजा प्रतापसिंह ओरडून म्हणाला. हा राजा प्रताप केवळ पंधरा वर्षांचा होता. तसा मनानं तो एक लहान मुलगाच होता. खरंतर त्याला हे राजाचं पद भूषवणं मुळीच आवडायचं नाही. कारण त्यामुळे कायदेकानूंवर लक्ष ठेवणं, जनतेच्या समस्या लक्षपूर्वक ऐकणं आणि इतर अनेक कंटाळवाण्या गोष्टी करणं त्याला भाग पडायचं. राजा असण्यामधली फक्त एकच गोष्ट त्याला आवडायची. तो जे म्हणेल ते सर्वांना ऐकावंच लागायचं. लोकांना आज्ञा सोडणं, त्यांच्याकडे विविध मागण्या करणं त्याला खूप आवडायचं; पण त्याहीपेक्षा त्याला सर्वांत जास्त काय आवडायचं, तर ते म्हणजे गोष्टी ऐकणं. त्याच्या राजधानीत देशोदेशीचे कथाकथनकार गोळा व्हायचे. ते त्याच्या दरबारात रीघ लावायचे. त्याला गंमतीदार गोष्टी सांगायचे, भीतिदायक गोष्टी सांगायचे, जादू आणि चमत्कारांच्या, मंत्रतंत्राच्या गोष्टी सांगायचे, इतरही अनेक गोष्टी सांगायचे. राजा प्रताप त्या सर्वच गोष्टी अगदी लक्षपूर्वक ऐकायचा.

त्याला गोष्टी ऐकायला खूप आवडत. एखाद्या कथाकथनकारानं जर फार चांगली कथा सांगितली तर तो त्याच्यावर इतका प्रसन्न व्हायचा की मग त्याच्यावर बक्षिशी आणि देणग्यांचा वर्षाव करायचा. सोन्या-चांदीचा वर्षाव करायचा. त्याच्या दरबारातले मंत्री त्याच्या या वागण्यामुळे अगदी कंटाळले होते. ते कधीतरी एक सुस्कारा टाकून त्याला समजावण्याचा प्रयत्नसुद्धा करत. ''महाराज, हे कथा ऐकणं वगैरे सगळं ठीक आहे; पण तुम्ही आधी हातातलं काम करून मग कथा ऐकल्यात तर ते जास्त योग्य ठरेल. तुमच्या

प्रजाजनांसाठी तुम्हाला खूप कामं करावी लागणार आहेत. ती सगळी कामं पडून राहिली आणि तुम्ही तुमचा सगळा वेळ जर असा कल्पनाविश्वात रममाण होण्यात घालवलात तर आपल्या राज्याची प्रगती कशी काय होणार?''

पण हे ऐकूनही राजा प्रतापनं त्या गोष्टीकडे पूर्णपणे दुर्लक्ष केलं. त्याला फक्त कथा ऐकण्यात रस होता आणि त्या कोणाकडूनही ऐकण्याची त्याची तयारी होती; पण हे असं किती दिवस चालणार? रोज रोज त्याला नवीन नवीन कथा कुठून ऐकायला मिळणार? काही दिवसांतच लोकांकडचा गोष्टींचा साठा संपत आला. त्यात मग काही लोकांनी लबाडी सुरू केली. खूप दिवसांपूर्वी सांगितलेल्या गोष्टीच ते परत येऊन सांगायचे. पण प्रताप अत्यंत कुशाग्र बुद्धीचा होता. तो म्हणायचा, ''मी ही गोष्ट पूर्वी ऐकलेली आहे. तीच गोष्ट परत येऊन सांगणाऱ्याचा ताबडतोब शिरच्छेद करा!''

मग त्याचे मंत्री त्याची समजूत काढायचे आणि शिरच्छेदाचा हुकूम त्यानं मागे घ्यावा म्हणून त्याच्या विनवण्या करायचे.

अखेर स्वत:च्या देशातल्या कथाकथनकारांच्या या भामटेगिरीचा राजा प्रताप याला उबग आला. मग तो म्हणाला, ''माझ्यासाठी असा एक कथाकथनकार शोधून आणा, जो मला कथा सांगतच राहील... सांगतच राहील. मी त्याला थांब म्हणेपर्यंत तो थांबणार नाही... आणि जो कुणी हे करून दाखवेल त्याला मी माझं अर्धं राज्य बक्षीस देईन.''

हे ऐकून तर त्याचे मंत्री फारच घाबरून गेले. कुठला तरी लेखक आपल्या कल्पनाशक्तीचा वापर करून एखादी कथा रचून सांगणार आणि त्याबद्दल त्याला सरळ अर्धं राज्य बक्षीस मिळणार? फारच भयंकर गोष्ट होती ही. हा विचार किती मूर्खपणाचा आहे हे त्या राजाला पटवून देण्याचा मंत्रिमंडळातल्या सर्वांनीच प्रयत्न केला; पण राजा मात्र कुणाचंच ऐकून घ्यायला तयार नव्हता. अनेक दिवस, अनेक आठवडे चालत राहणारी कथा त्याला ऐकायची होती... बस!

लवकरच त्याच्या राजवाड्यासमोर स्त्री-पुरुषांची रीघ लागली. प्रत्येकालाच अर्धं राज्य मिळवायचं होतं; पण त्यांच्यातील कुणीच सांगितलेली कथा राजा प्रतापच्या पसंतीला उतरली नाही.

''कंटाळवाणी आहे ही कथा!'' तो काही लोकांवर ओरडायचा.

''अगदीच फालतू.'' आणखी काही लोकांना तो म्हणायचा.

''काहीच अर्थ नाही तुमच्या कथेला,'' आणखी कुणाला तरी तो सुनवायचा.

दरम्यान राज्यकारभाराच्या कामकाजात खीळ बसली होती. सगळं

मंत्रिमंडळ नुसतं हात चोळत बसून होतं. राज्यासमोर कितीतरी महत्त्वाचे प्रश्न होते. त्या प्रश्नांची दखल घेऊन ते सोडवण्याचा प्रयत्न राजानं करावा यासाठी त्याचं मन कसं वळवायचं, हाच यक्षप्रश्न आता सगळ्यांच्या समोर होता; पण राजाचा प्रधान अत्यंत बुद्धिमान आणि चतुर होता. त्याला एक कल्पना सुचली.

दुसऱ्या दिवशी एक गबाळा माणूस राजाच्या दरबारात येऊन हजर झाला, त्याचे केस विस्कटलेले होते. त्याचे कपडे फाटकेतुटके होते. त्याच्या पायातले जोडे तर इतके फाटलेले होते की त्यातून त्याच्या पायांची बोटंसुद्धा बाहेर आली होती. तो सरळ राजवाड्यात शिरला आणि त्यानं राजाच्या भेटीची इच्छा व्यक्त केली. राजाच्या रखवालदारांनी एक सुस्कारा सोडला आणि त्याला आत सोडलं. नाहीतरी आजकाल वाट्टेल त्या प्रकारचे लोक राजाला गोष्ट सांगण्यासाठी राजवाड्याच्या दारात येऊन हजर व्हायचे.

त्या म्हाताऱ्या माणसाला राजाच्या महालात पाठवण्यात आलं. तिथे तो आरामात बसला, समोर एका पात्रात पाणी ठेवलेलं होतं ते खुशाल घेऊन प्यायला आणि स्वत:ची ओळखसुद्धा न करून देता त्यानं आपली कथा सांगायला सुरुवात केली!

''ही कथा एका गरीब शेतकऱ्याच्या शेतात सुरू होते. या शेतकऱ्यानं कित्येक महिने काबाडकष्ट करून आपल्या शेतात प्रचंड ऊस पिकवला होता. त्यानंतर त्यानं तो सगळा ऊस एका जवळच्या साखर कारखान्याला विकला. कारखान्यात त्या उसापासून कित्येक पोती साखरेचं उत्पादन करण्यात आलं. सर्व जण ते पाहून अत्यंत खूश झाले. आता ही सगळी साखर लवकरच वेगवेगळ्या बाजारपेठांमध्ये विक्रीसाठी जाणार होती आणि सगळ्यांचा त्यामुळे फायदा होणार होता. सगळे श्रीमंत होणार होते. मग या श्रीमंत झालेल्या माणसांच्या मुलांना नवे कपडे मिळणार होते. सगळ्यांची दुकानं मालानं नुसती भरून जाणार होती आणि सर्वांच्या बायकांनासुद्धा आनंद होणार होता.

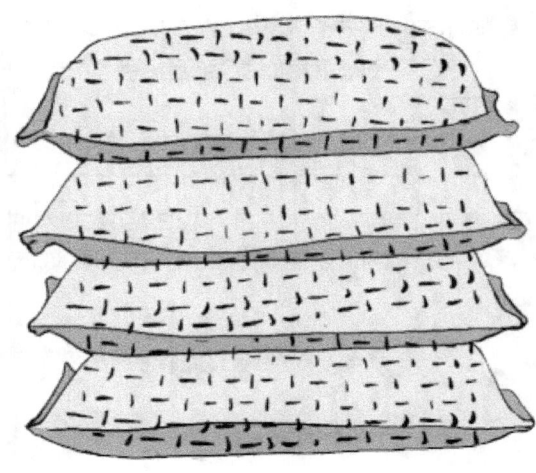

''पण त्या आधी साखर कारखान्यात तयार झालेली ही सगळी साखर कुठेतरी अगदी नीट

संभाळून ठेवावी लागणार होती. साखरेची पोती बाजारात नेण्यास अजून अवकाश होता. मग कारखान्यातील मजुरांनी ती साखर मोठाल्या पोत्यांमध्ये नीट भरून ती पोती गोदामामध्ये काळजीपूर्वक रचून ठेवली; पण त्या गोदामामध्ये एक भलंमोठं मुंग्यांचं वारूळ होतं. साखरेचा इतका भरगच्च साठा त्या गोदामात आहे हे पाहूनच त्या मुंग्यांनी ते वारूळ त्या गोदामात बनवलं होतं. रोज नवीन नवीन साखरेची पोती तिथे आणण्यात येत. ही गोष्ट मुंग्यांच्या दृष्टीनं फायद्याचीच होती.

''गोदामात साखरेच्या पोत्यांची थप्पी येऊ लागताच लगेच मुंग्यांची एक भली मोठी रांग त्यासमोर येऊ लागली. मुंग्यांनी साखरेच्या पोत्यात शिरण्यासाठी आधी भोकं शोधली. मग एक मुंगी त्या भोकातून आत शिरली आणि एक साखरेचा दाणा तोंडात घेऊन बाहेर पडली.

''त्यानंतर दुसरी मुंगी पोत्यात शिरली आणि साखरेचा दाणा तोंडात घेऊन बाहेर पडून वारुळात परत गेली...''

तो म्हातारा माणूस अशी गोष्ट सांगतच राहिला. जरा वेळानं राजा प्रताप पेंगुळला. बघताबघता दिवस मावळला तरी आपला म्हातारा ती कथा सांगतच होता.

''थांब, थांब!'' अखेर राजा प्रताप कंटाळून ओरडला. ''उरलेली गोष्ट मी उद्या ऐकीन.''

दुसऱ्या दिवशी सकाळी परत तो कळकट म्हातारा राजासमोर हजर झाला. त्यानं काल जिथे गोष्ट थांबवली होती, तिथून पुढे सांगायला सुरुवात केली. ''हे पाहा महाराज, एक एक मुंगी येऊन सारखरेचा दाणा घेऊन कशी निघून जात होती, हे मी तुम्हाला काल सांगत होतो ना. आता पुढची मुंगी चालतचालत साखरेच्या पोत्याकडे गेली आणि एक साखरेचा दाणा उचलून आपल्या वारुळात परत आली. त्यानंतर आणखी एक मुंगी आली. तीपण पोत्यातला साखरेचा दाणा उचलून वारुळात परत निघून गेली. त्यानंतर पुढची मुंगी...''

म्हाताऱ्याची कथा अशाच प्रकारे चालू राहिली. दुपारचं जेवण झालं, रात्रीचं जेवण झालं तरीही त्या कथेत नवीन काहीच घडेना. आता मात्र राजा प्रताप प्रचंड संतापला होता. ही इतकी कंटाळवाणी गोष्ट आपल्याला सांगण्याची या म्हाताऱ्याची हिंमत तरी कशी झाली? ''ही कसली तुझी

कथा?'' तो कुरकुरत म्हाताऱ्याला म्हणाला, ''आता यात पुढे काय होणार? त्या शेतकऱ्यांच्या बाबतीत काय घडणार?''

पण तो म्हातारा गालातल्या गालात हसून म्हणाला, ''महाराज, थोडा धीर धरा. त्या वर्षी उसाचं पीक फारच चांगलं आलं होतं. कित्येक मण साखर बनली होती. हजारो पोती साखरेनं भरली होती. ही सगळी साखर मुंग्यांनी कशा प्रकारे आपल्या वारुळात नेली हे तर आधी मला नीट व्यवस्थित सांगू द्या ना.''

''ए बाबा... थांब. आता पुरे झालं तुझं!'' राजा प्रताप संतापून म्हणाला. ''ही तुझी कंटाळवाणी कथा आधी ताबडतोब थांबव पाहू.''

तो म्हातारा उठून उभा राहत म्हणाला, ''ठीक आहे. तुम्ही मला कथा थांबवण्याचा हुकूम दिलात त्यामुळे आता तुम्ही जाहीर केलेलं बक्षीस मी जिंकलो. मला आता तुम्ही तुमचं अर्धं राज्य द्या!''

आता राजापुढे पेच पडला. त्यानं स्वत:च ही घोषणा केलेली होती हे तर खरंच होतं; पण ही इतकी कंटाळवाणी कथा सांगणाऱ्या या कळकट म्हाताऱ्याला आता खरंच आपलं अर्धं राज्य देऊन टाकायचं?

राजा विचारात पडलेला पाहून तो म्हातारा खूश होऊन हसला. त्यानं आता आपल्या अंगातला घाणेरडा, फाटकातुटका अंगरखा काढला. आपल्या चेहऱ्यावरचा मळ पुसून साफ केला. आपल्या केसातली पांढरी भुकटी झटकून तेही साफ केले. त्याचं बदललेलं रूप पाहून सगळेच आश्चर्यचकित झाले. तो खुद्द प्रधानच होता.

''काळजी करू नका महाराज,'' त्यानं आपल्या राजाला सांगितलं. राजाच्या चेहऱ्यावरही सुटल्याचे भाव स्पष्ट दिसत होते. ''मला काही तुमचं अर्धं राज्य नको होतं; पण तुम्ही तुमचं काम करायचं सोडून नुसत्या कथा ऐकत बसत होता. हे तुमचं वागणं किती चुकीचं होतं, हेच मला तुम्हाला दाखवून द्यायचं होतं. आपल्या प्रजेचा संभाळ करणारा, प्रजेची काळजी घेणारा राजा सर्वांना हवा असतो. आपल्या राज्यातील लोक समाधानी आहेत याची पूर्ण खात्री पटल्यानंतर मगच जो स्वत:च्या सुखाचा विचार करेल, असा राजाच सर्वांना हवा असतो. सर्वच कल्याणकारी राजे हे असेच असतात. स्वत: दुसऱ्यांना नुसत्या आज्ञा द्यायच्या आणि आपण विलासात आयुष्य व्यतीत करायचं, हे योग्य नव्हे.''

बिचारा प्रताप! हे ऐकून त्यानं शरमेनं मान खाली घातली. हो, आजपर्यंत

त्यानं फक्त स्वत:च्या स्वार्थाचाच विचार केला होता; पण इथून पुढे मात्र दिवसभराची सगळी कामं पूर्ण केल्यानंतर रात्री कथा ऐकायची, असं त्यानं ठरवलं.

~

अशा तऱ्हेनं उन्हाळ्याची सुट्टी संपली. सर्वांनी आपापलं सामान भरलं आणि सगळे रेल्वे स्टेशनवर येऊन दाखल झाले. त्यांच्या आया त्यांना घरी घेऊन जाण्यासाठी आल्या होत्या. आजोबा, आजी, विष्णू काका, दामू, रहिमत चाचा सगळेच त्यांना सोडायला स्टेशनवर आले होते; पण आजीला सोडून परत जावंसं कुणालाच वाटत नव्हतं. मीनू तर गाडी सुटायची वेळ होईपर्यंत आजीला चिकटली होती.

अखेर भकभक धूर सोडत गाडी स्टेशनातून सुटली. मुलं खिडकीतून आजीला हात हलवून निरोप देत होती. बघता बघता शिग्गावचा प्लॅटफॉर्म दूर गेला. गाव मागे राहिलं; पण आजोबा आणि आजी यांच्या समवेत घालवलेली ही सुट्टी आणि या सुट्टीत ऐकलेल्या गोष्टी मुलांच्या स्मरणात कायम राहतील. मुलं पुढच्या सुट्टीत परत येतील... आणखी नव्या नव्या गोष्टी ऐकण्यासाठी...

~

www.ingramcontent.com/pod-product-compliance
Lightning Source LLC
Chambersburg PA
CBHW050659290626
47170CB00015B/2076
* 9 7 8 8 1 8 4 9 8 4 8 8 0 *